HOÀNG CƠ ĐỊNH

Chủ biên

VIỆT SỬ ĐẠI CƯƠNG

TẬP I

TỪ QUỐC TỔ HÙNG VƯƠNG DỰNG NƯỚC
ĐẾN VUA GIA LONG THỐNG NHẤT VIỆT NAM

2018

VIỆT SỬ ĐẠI CƯƠNG

TẬP I

HOÀNG CƠ ĐỊNH chủ biên

Chủ biên:
Hoàng Cơ Định

Nhóm biên soạn:
Hoàng Cơ Định, Đào Việt Sơn,
Nguyễn Văn Sâm, Hoàng Trương,
Hồ Thanh Thái, Phạm Huy Cường,
Nguyễn Vũ Bình, Ngô Minh Trực, Phiên Ngung,
Bửu Uy, Lê Huy Vũ, Vivian Thạch và các cộng sự.

Biên tập:
Hoàng Trương
Bìa: Nguyễn Linh Chi
Trình bày: Trần Thị Bích Trâm

Xuất bản lần thứ nhất tại Hoa Kỳ, 2018
ISBN: 978-1717254597
Copyright © 2018 Hoang Co Dinh.
All rights reserved.

Thư từ liên lạc gửi về:
Xuân Trâm
2482 S.King Rd. # 438, San Jose, CA 95122
email: donghydonghung@gmail.com

HOÀNG CƠ ĐỊNH chủ biên

LỜI NÓI ĐẦU

Người Việt Nam cần phải biết lịch sử nước Việt. Có hiểu được những khó khăn dựng nước và giữ nước của biết bao thế hệ trước, người Việt mới có niềm tự tin và ý thức được bổn phận phải gìn giữ non sông do cha ông để lại. Tuy nhiên, vì không phải ai cũng có đủ thời giờ, công sức để tìm đọc các sách in hay tài liệu chi tiết về Việt sử, nên chúng ta cần một cuốn sử giản lược, gồm những sự kiện căn bản dễ đọc, dễ nhớ cho mọi người.

Cuốn Việt Sử Đại Cương độc giả đang có trong tay, ghi lại sự việc từ thời lập quốc, tới những năm đầu của thế kỷ 21, nhằm mục tiêu nêu trên và hướng đến hai đối tượng chính:

Những người Việt hiện sống xa quê hương, biết về Việt sử qua các chuyện kể của cha ông, hoặc những tài liệu viết với lối nhìn và chủ đích khác nhau của các tác giả ngoại quốc.

Những người Việt sinh trưởng trên quê hương Việt Nam, nhưng phải hấp thụ một nền giáo dục trong đó Việt sử đã bị bóp méo, gò ép và nhào nặn theo nhãn quan nhằm phục vụ cho mục đích giữ quyền cai trị đất nước của đảng Cộng Sản Việt Nam.

Ngoài ra, vì lịch sử phải làm sao chỉ bao gồm những chuyện có thật trong quá khứ, tập Việt Sử Đại Cương sẽ không chép lại các giai thoại huyền sử, cũng như những truyền thuyết huyền hoặc được truyền tụng trong dân gian vì nhiều phần đó chỉ là những điều trong trí tưởng tượng của con người. Chưa kể, những điều huyền hoặc này còn có thể là những chuyện hư cấu với dụng tâm phục vụ cho những triều đại cầm quyền trong quá khứ, đặc biệt là trong thời gian nước ta bị đô hộ bởi nước Tàu trong hơn 1.000 năm Bắc thuộc.

Vì tính chất phổ thông, sách này chỉ ghi lại những sự kiện chính yếu và các bước ngoặt của lịch sử mà không đi sâu vào chi tiết, giải thích từng sự kiện. Do đó, đây không phải là tài liệu tham khảo để biết rộng hơn về Việt sử, hay dùng để đánh giá các tài liệu lịch sử khác. Nhưng là tài liệu giúp bất cứ ai đọc sẽ có được cái nhìn khái quát, cơ bản và quan trọng hơn cả là: Nhớ được lịch sử Việt Nam.

Cuốn Việt Sử Đại Cương được thực hiện với sự góp sức của nhiều thân hữu, mà tiêu chuẩn chung là cùng thiết tha với cội nguồn và tương lai của dân tộc. Trong nhóm thực hiện, tôi xin gửi lời cám ơn đặc biệt tới bà Hồ Thanh Thái và ông Hoàng Trương, nếu không có những nỗ lực bền bỉ của quý bạn, cuốn sách sẽ không hoàn tất được như ước muốn.

Sau cùng, xin gửi tới sử gia Lê Mạnh Hùng lòng biết ơn sâu xa của nhóm biên soạn. Bộ sử phong phú "Nhìn lại SỬ VIỆT" của ông đã là tài liệu tham khảo quan trọng cho chúng tôi thực hiện cuốn sách giản lược Việt Sử Đại Cương này.

Hoàng Cơ Định
Tháng 4/2018

MỤC LỤC

Lời nói đầu.. 007

Giai đoạn lập quốc của người Việt Nam.......................................017
- Địa lý nước Văn Lang 018
- Tổ chức quốc gia và xã hội của nước Văn Lang 021
- Nguồn gốc các sắc dân tại nước Văn Lang 023
- Thục Phán chấm dứt triều đại Hùng Vương, thành lập nước Âu Lạc..................024
- Xã hội Việt Nam dưới triều đại An Dương Vương........................025

Diễn trình ngoại thuộc của nước Việt Nam...................................027
- Triệu Đà khởi nghiệp và xâm lăng Âu Lạc....................................027
- Chính sách cai trị của Triệu Đà... 028
- Nước Nam Việt bị nhà Hán xâm chiếm, Âu Lạc hoàn toàn nội thuộc phương Bắc...........029

Bắc thuộc lần thứ nhất và cuộc khởi nghĩa của Hai Bà Trưng 031
- Những năm đầu tiên của thời kỳ Bắc thuộc thứ nhất............................. 031
- Chính sách cai trị của nhà Đông Hán và cuộc khởi nghĩa của Hai Bà Trưng 033
- Nhà Hán sai Mã Viện sang xâm lăng Âu Lạc................................. 037
- Chính sách của nhà Hán sau cuộc khởi nghĩa của Hai Bà Trưng.................038

Bắc thuộc lần thứ hai và các cuộc khởi nghĩa của Bà Triệu, Lý Trường Nhân và Lý Thúc Hiến..041
- Sự thay đổi liên tiếp của các triều đại thống trị từ phương Bắc................. 042
- Các cuộc nổi dậy của dân Âu Lạc sau khi chấm dứt chính sách Nhu Viễn....... 044
- Sự định hình của xã hội và dân tộc Lạc Việt....................................047

Lý Bí chấm dứt Bắc thuộc lần thứ hai, thành lập nhà Tiền Lý và nước Vạn Xuân....049
- Cuộc khởi nghĩa của Lý Bí, Tinh Thiều và Triệu Túc vào năm 542.............049
- Quốc hiệu Vạn Xuân...051
- Cuộc xâm lăng nước Vạn Xuân của nhà Lương..............................051

Sự sụp đổ của nhà Tiền Lý và thời kỳ Bắc thuộc lần thứ ba.....................055
- Cuộc khởi nghĩa trong thế kỷ thứ 7 của Lý Tự Tiên và Đinh Kiến.............056
- Các cuộc khởi nghĩa trong thế kỷ thứ 8.......................................057
- Tình hình Âu Lạc ở thế kỷ thứ 9...059

Họ Khúc và Ngô Quyền xóa bỏ thời kỳ Bắc thuộc, giành lại tự chủ cho đất Âu Lạc....063
- Họ Khúc dấy nghiệp..064
- Dương Diên Nghệ và Kiều Công Tiến.......................................065
- Ngô Quyền đại phá quân Nam Hán...066
- Nhà Ngô và thời kỳ tự chủ..068

Những năm đầu tự chủ của Việt Nam, các triều đại Ngô, Đinh và Tiền Lê..................071
- Nhà Ngô (939 – 965)..071
- Nhà Đinh (968 - 980)..072
- Nhà Tiền Lê (980 - 1009)..075

Nhà Lý và công cuộc Bình Chiêm Phá Tống..................................079
- Lý Công Uẩn và việc định đô Thăng Long..................................079
- Định hình chế độ phong kiến ở Việt Nam..................................080
- Công cuộc Bình Chiêm Phá Tống..084

Việt Nam dưới triều nhà Lý..089
- Sự phát triển của Nho học..089
- Hoàn thiện tổ chức chính quyền phong kiến..............................090
- Quân chế thời Lý..091
- Tình hình kinh tế xã hội dưới triều nhà Lý..................................092

Nhà Trần và công cuộc kháng chiến chống quân Nguyên-Mông 097
- Họ Trần khởi nghiệp...097
- Nhà Trần xây dựng và củng cố chính quyền..............................098
- Cuộc kháng chiến chống quân Nguyên - Mông 101

Tình hình kinh tế - xã hội thời Trần và quá trình suy vong..........109
- Tình hình kinh tế thời Trần... 109
- Tình hình xã hội thời Trần.. 112
- Quá trình suy vong của nhà Trần...114

Thời đại Hồ Quý Ly và cuộc xâm lăng của nhà Minh..................117
- Hồ Quý Ly cướp ngôi nhà Trần... .117
- Những cải tổ của Hồ Quý Ly..118
- Chiến tranh với Chiêm Thành dưới triều Hồ Quý Ly..................119
- Nhà Hồ trước cuộc xâm lăng của Nhà Minh.................................120
- Các giai đoạn xâm lăng của nhà Minh..121

Chế độ cai trị của nhà Minh và các cuộc khởi nghĩa đầu tiên....124
- Guồng máy hành chánh của nhà Minh tại Đại Việt......................125
- Chính sách đồng hóa của nhà Minh tại Đại Việt..........................127
- Chính sách lao dịch của Minh triều đối với dân Đại Việt.............128
- Chính sách vơ vét tài nguyên của nhà Minh.................................129
- Giản Định Đế và cuộc Khởi Nghĩa đầu tiên chống lại nhà Minh..130

Mười năm kháng chiến của Lê Lợi đánh đuổi quân Minh giành lại độc lập............135
- Dựng cờ khởi nghĩa và xây dựng lực lượng.................................136
- Chiến dịch phản công..138
- Tiến quân ra Bắc...140
- Ba cánh quân của Bình Định Vương tiến ra Bắc..........................140

Chế độ quân chủ thời Lê.. .147
- Những vị vua đầu tiên và việc xây dựng chế độ quân chủ...........148
- Tình hình kinh tế - xã hội thời Lê sơ...151
- Sự phát triển của văn học và sử học...154
- Chính sách ngoại giao và việc mở nước về phía Nam.................157

Sự suy thoái của nhà Lê đầu thế kỷ 16..159
- Sự suy thoái của nhà Lê và các cuộc nội chiến...........................159
- Tình hình chính trị xã hội Đại Việt dưới thời Nam - Bắc Triều........162
- Cuộc chiến tranh Trịnh - Mạc..166

Cuộc chiến tranh Trịnh - Nguyễn..169
- Họ Nguyễn lập nghiệp tại phương Nam..................................169
- Cương vực Trịnh - Nguyễn sau năm 1600................................172
- Các cuộc giao tranh Trịnh - Nguyễn......................................173

Chính sách của họ Trịnh tại Đàng Ngoài..179
- Thời kỳ loạn lạc..180
- Thời kỳ bình trị và suy thoái..180
- Chính sách ngoại giao của họ Trịnh......................................184

Chính sách của họ Nguyễn tại Đàng Trong..187
- Tổ chức chính trị tại Đàng Trong..188
- Các chúa Nguyễn mở nước về phương Nam..........................191

Người phương Tây đến Việt Nam và sự suy vong của các triều đại Trịnh- Nguyễn.....195
- Sự xuất hiện của Thiên Chúa Giáo ở Việt Nam........................197
- Chữ Quốc Ngữ..199
- Sự suy thoái của họ Nguyễn ở Đàng Trong............................200
- Sự suy thoái của họ Trịnh ở Đàng Ngoài...............................202

Triều đại Tây Sơn..207
- Tây Sơn khởi nghĩa...207
- Quân Trịnh tham chiến..208
- Tây Sơn tiến đánh Gia Định...210
- Tây Sơn đánh bại quân Xiêm...211

- Tây Sơn tiến quân ra Bắc, lật đổ chúa Trịnh..................................212
- Quang Trung Đại Phá Quân Thanh 213
- Ba triều đình Tây Sơn.. 215
- Nhà Tây Sơn dưới triều vua Quang Trung..................................217

Nguyễn Ánh dựng nên Triều Nguyễn, thống nhất đất nước..................................221
- Các cuộc kháng cự đầu tiên của Nguyễn Ánh.................................. 221
- Nguyễn Ánh cầu cứu nước Pháp..................................223
- Giai đoạn phản công và thắng lợi..................................224
- Nguyễn Ánh sửa sang chính sách cai quản Gia Định..................................225
- Nguyễn Ánh tiến đánh ra Bắc..................................226
- Nguyễn ánh đánh ra Bắc thống nhất Đại Việt..................................229

Tình trạng văn hóa xã hội của Việt Nam vào cuối thế kỷ 18..................................231

- Bối cảnh lịch sử.. 231
- Xã hội Việt Nam vào cuối thế kỷ 18..................................231
- Văn học Việt Nam trong thế kỷ 18.................................. 234

Tạm kết Tập I Việt Sử Đại Cương..................................239

Các thời điểm quan trọng trong Việt sử đối chiếu với tình hình thế giới về lịch sử, văn hóa, khoa học, kỹ thuật..................................241

Nội dung Việt Sử Đại Cương tập II..................................247

Sách và tài liệu tham khảo..................................251

HOÀNG CƠ ĐỊNH chủ biên

GIAI ĐOẠN LẬP QUỐC CỦA NGƯỜI VIỆT NAM

Nước Việt Nam thời lập quốc có tên là Văn Lang, nằm trong vùng đất giữa sông Hồng, sông Mã và sông Lam. Nước Văn Lang do các vua Hùng dựng nên, bắt đầu vào khoảng thế kỷ thứ 7 trước Công nguyên (khoảng năm 682TCN) và chấm dứt vào năm 218TCN với 18 đời vua, kéo dài khoảng 400 năm. Sau đó Văn Lang được đổi tên thành Âu Lạc. Về nguồn gốc của vua Hùng, các sách trước đây thường nêu lên huyền sử về họ Hồng Bàng trong đó Hùng Vương được cho là con Rồng cháu Tiên. Tên gọi của vua Hùng và nước Văn Lang được ghi chép lại lần đầu tiên trong cuốn Đại Việt Sử Lược của Trần Phổ viết vào thế kỷ 14. Đây là cuốn sử xưa nhất còn lưu lại được của Việt Nam. Theo Đại Việt Sử Lược, vào khoảng đầu thế kỷ thứ 7 trước Công Nguyên, có một bậc dị nhân đã kết hợp được 15 bộ tộc tại thung lũng sông Hồng, lập nên nước Văn Lang, tự xưng là Hùng Vương, truyền ngôi được 18 đời, từ Hùng Vương Thứ Nhất tới Hùng Vương Thứ Mười Tám.

Khởi thủy, cư dân tại Văn Lang được gọi là Lạc dân, danh từ Lạc Việt chỉ xuất hiện vào thế kỷ thứ nhất sau khi Mã Viện, viên tướng nhà Hán sau khi đánh bại Hai Bà Trưng dùng để chỉ vùng đất mới chiếm lại được. Các cứ liệu khảo cổ học và cổ sử đều cho thấy nhóm cư dân Lạc Việt không có mối liên hệ cơ hữu nào với các nhóm Bách Việt, là những bộ tộc trước đây ở miền nam nước Tàu. Mặt khác, sách Đại Việt Sử Lược cũng chép chuyện Việt Vương Câu Tiễn (496TCN) sau khi chiếm nước Ngô, có sai sứ sang dụ Hùng Vương thần phục nhưng bị Hùng Vương cự tuyệt. Điều này chứng tỏ dân Lạc, dầu sau này được gọi là Lạc Việt, không phải là một trong các bộ tộc Bách Việt bên Tàu thoát thai từ nước Việt của Câu Tiễn.

ĐỊA LÝ NƯỚC VĂN LANG

Nước Văn Lang bao gồm các vùng đất tại các đồng bằng sông Hồng, sông Mã, sông Lam và được chia thành 15 bộ tộc:

1) Văn Lang (Phú Thọ)
2) Châu Diên (Sơn Tây)
3) Phúc Lộc (Sơn Tây)
4) Tân Hưng (Hưng Hoá - Tuyên Quang)
5) Vũ Định (Thái Nguyên, Cao Bằng)
6) Vũ Ninh (Bắc Ninh)
7) Lục Hải (Lạng Sơn)
8) Ninh Hải (Quảng Ninh)
9) Dương Tuyền (Hải Dương)

10) Giao Chỉ (Hà Nội, Hưng Yên, Nam Định, Ninh Bình)
11) Cửu Chân (Thanh Hoá)
12) Hoài Hoan (Nghệ An)
13) Cửu Đức (Hà Tĩnh)
14) Việt Thường (Quảng Bình, Quảng Trị)
15) Bình Văn (Bắc Kạn ?)

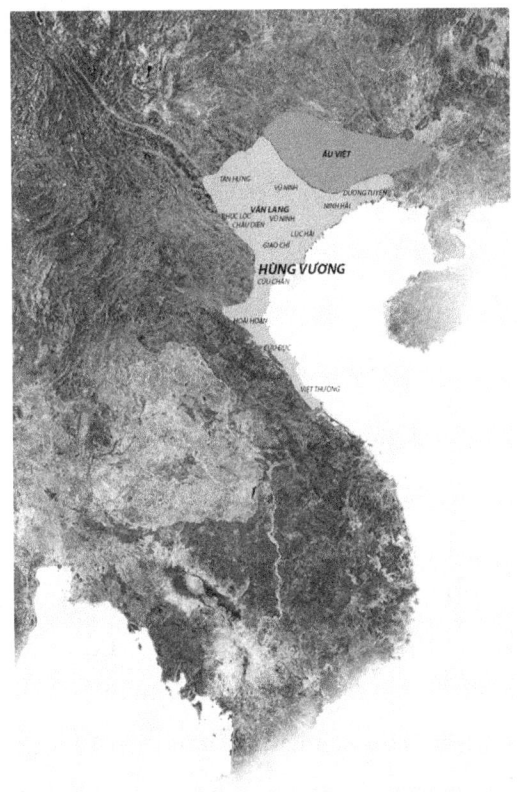

Bản đồ nước Văn Lang thời Hùng Vương

Lăng vua Hùng ở Phú Thọ

Các vua Hùng đóng đô tại Văn Lang thuộc bộ tộc Văn Lang. Tên của kinh đô Văn Lang được các sử gia sau này đổi thành Phong Châu, ngày nay thuộc vùng Bạch Hạc, tỉnh Phú Thọ.

Theo Ngọc phả Hùng Vương chép thời Hồng Đức, nhà Lê (1460) các vua Hùng đã được thờ cúng tại đền Hùng từ thời nhà Đinh (968). Việc thờ cúng được giao cho dân chúng địa phương trách nhiệm tổ chức ngày giỗ các Vua Hùng, còn gọi là hội Đền Hùng, được tổ chức hàng năm vào ngày 10 tháng 3 âm lịch. Vào năm 1917, dưới triều vua Khải Định, ngày này đã được ấn định là ngày Quốc lễ. Hàng năm, các quan phải theo lệnh vua mặc phẩm phục lên đền Hùng thay mặt triều đình Huế cúng tế.

Thời Việt Nam Cộng hòa chính quyền vẫn công nhận ngày 10 tháng 3 âm lịch là ngày lễ chính thức của quốc gia.

Thời Cộng Hòa Xã Hội Chủ Nghĩa tới năm 2007 mới chính thức quy định ngày Giỗ tổ Hùng Vương là ngày nghỉ lễ.

TỔ CHỨC QUỐC GIA VÀ XÃ HỘI CỦA NƯỚC VĂN LANG

Hùng Vương đóng đô ở Phong Châu, đặt quan văn gọi là Lạc Hầu, tướng võ gọi là Lạc Tướng, con trai vua gọi là Quan Lang, con gái vua gọi là Mị Nương, các quan nhỏ gọi là Bố Chính. Quyền chính trị theo cha truyền con nối.

Dân chúng dưới thời Hùng Vương sống tập trung thành những làng nhỏ, phần đông mọi người có liên hệ gia tộc với nhau, dưới sự chỉ huy của một Lạc Tướng, gần giống như các bộ tộc tại miền thượng du Việt Nam ngày nay. Các bộ tộc hợp lại thành quốc gia đứng đầu là Hùng Vương. Hùng Vương có thể cũng chỉ là người đúng đầu một bộ tộc tại Phong Châu, đồng thời đại diện cho liên minh các bộ tộc khác trong sự giao thiệp với các sắc dân lân cận, nhưng không can thiệp vào nội bộ các bộ tộc do nhà vua đại diện.

Dưới các triều đại Hùng Vương, người dân đã biết trồng lúa nước, trước khi ngành này xuất hiện bên Tàu và chắc chắn việc trồng lúa không phải do viên quan cai trị người Tàu dạy cho dân Việt như sử Tàu, và sử Việt trước đây ghi chép lại.

Bên cạnh nghề trồng lúa, việc trồng các cây hoa trái khác cũng phát triển, đồng thời với việc chăn nuôi gia súc, bao gồm chó, heo, trâu, bò (không thấy có ngựa trong các xương gia súc khai quật được). Đặc biệt là giống gà có thể coi như được thuần giống đầu tiên tại Đông Nam Á. Dưới thời Hùng Vương thấy có những tượng gà bằng đất nung và bằng đồng. Ngoài canh nông, người dân Việt cổ xưa cũng còn sinh hoạt hái lượm săn bắt thú rừng và đánh cá. Nghề đánh cá cũng phát triển, qua việc tìm thấy nhiều lưỡi câu bằng đồng và tục lệ xăm mình có từ thời Hùng Vương của ngư dân, để tránh bị thủy quái hãm hại.

Các nghề thủ công cũng phát triển mạnh như nghề mộc, nghề sơn. Đặc biệt nghề sơn đã đạt trình độ cao, biết được qua việc phát hiện các di vật bằng gỗ sơn màu nâu đỏ, chất sơn rất tốt. Người thời Hùng Vương đã biết làm đồ gốm bằng bàn xoay với hoa văn trang trí rất đẹp.

Quan trọng nhất trong các ngành thủ công nghiệp thời Hùng Vương là nghề luyện kim về các loại đồng. Người ta đã tìm thấy khá nhiều công cụ bằng đồng thau và cả những khuôn đúc.

Trống đồng Đông Sơn là hiện vật nổi tiếng, đặc trưng cho nền văn hóa vào thời kỳ này. Những mẫu hình thuyền và chim biển trang trí trên trống đồng, chứng tỏ rằng nền văn minh Đông Sơn có quan hệ mật thiết với biển và có thể du nhập từ biển vào.

Hình một loại trống đồng khai quật được

Vào cuối đời Hùng Vương nghề làm đồ sắt bắt đầu xuất hiện. Các hiện vật khai quật được cho thấy dấu hiệu những lò luyện và xưởng cán, chứng tỏ người Việt xưa đã làm nghề này chứ không phải dùng các sản phẩm từ phương bắc do người Tàu mang tới.

NGUỒN GỐC CÁC SẮC DÂN TẠI NƯỚC VĂN LANG

Từ thời cổ đại, nhiều chục ngàn năm trước, cư dân đầu tiên tại nước Văn Lang thuộc sắc dân Australoid và Melanesian đến từ vùng Đông Nam Á, có nguồn gốc gần với những người thổ dân tại Úc châu.

Vào khoảng 4.000 năm trước Công nguyên xuất hiện một sắc dân mới gốc Nam Đảo (Austronesian). Một ngàn năm sau, xuất hiện một sắc dân thứ ba thuộc nhóm Nam Á (Austroasiatics), nhóm này vào thời gian đó đã xuất hiện tại toàn vùng Đông Nam Á. Tại nhiều nơi, sắc dân này đẩy các người gốc Nam Đảo ra các quần đảo ngoài khơi như Philippines, Indonesia. Còn tại Văn Lang cuộc du nhập diễn ra hòa bình và hai sắc dân dần hoà hợp thành một sắc tộc hợp nhất, đó là sắc tộc Lạc, hay tiền Việt (proto Việt).

Về ngôn ngữ, tiếng Việt hiện tại được sắp vào nhóm các ngôn ngữ Nam Á (Austroasiatic), cùng chung với Môn Khmer và Mường, pha trộn thêm rất nhiều từ khác lấy từ các nhóm Nam Đảo, Thái và Hoa ngữ về sau này.

Về phong tục, người Việt xưa có những tập quán và tín ngưỡng giống như các dân tộc khác ở Đông Nam Á. Về tín ngưỡng có tục thờ vật tổ, về phong tục như nhuộm răng đen, ăn trầu, xăm mình và ngay cả những nghi thức về hôn nhân, tang tế cũng như những ngày lễ hội (hội nước). Điều này cho thấy dân tộc Việt Nam hình thành từ rất sớm, độc lập nhưng nằm chung trong một quần thể dân tộc Đông Nam Á.

THỤC PHÁN CHẤM DỨT TRIỀU ĐẠI HÙNG VƯƠNG, THÀNH LẬP NƯỚC ÂU LẠC

Vào năm 218 TCN, từ một bộ tộc láng giềng phía Bắc, lực lượng của Thục Phán đã tràn qua nước Văn Lang đánh bại quân của Hùng Vương. Sau khi thành công, Thục Phán xưng là An Dương Vương, đổi tên nước Văn Lang thành Âu Lạc. Tên nước là tập hợp tên hai khối dân, dân Lạc và dân Tây Âu.

Cuộc giao tranh giữa hai lực lượng Hùng Vương và Thục Phán cũng ở mức độ nhỏ, giới hạn trong địa hạt Phúc Yên-Vĩnh Phúc (địa bàn bộ tộc Văn Lang).

Ngoài việc đổi quốc hiệu, việc thay đổi từ Hùng Vương qua An Dương Vương mang tính chất tiếp nối của hai triều đại trong cùng một quốc gia. Vì vậy, trong Việt sử, An Dương Vương được coi là một vị vua của nước ta tiếp theo triều đại các Vua Hùng.

XÃ HỘI VIỆT NAM DƯỚI TRIỀU ĐẠI AN DƯƠNG VƯƠNG

Sau khi lên ngôi vua, An Dương Vương tiếp tục duy trì cơ cấu xã hội của nước Văn Lang. Vai trò của các Lạc Tướng vẫn như cũ.

Điểm đặc thù của triều đại An Dương Vương là việc xây dựng một chính quyền trung ương, với lực lượng binh lính nhà nghề, một thành lũy với kiến trúc đặc biệt. Sau này các sử gia gọi là Loa thành (hay thành Cổ Loa), đã được nhà vua dựng lên tại địa phận huyện Đông Anh, Hà Nội.

Vào năm 1959 các nhà khảo cổ Việt Nam đã khai quật được một số lượng rất lớn các mũi tên bằng đồng trong địa phận di tích của Loa thành. Điều này chứng tỏ khi đó nước Âu Lạc đã có quân đội và khí giới.

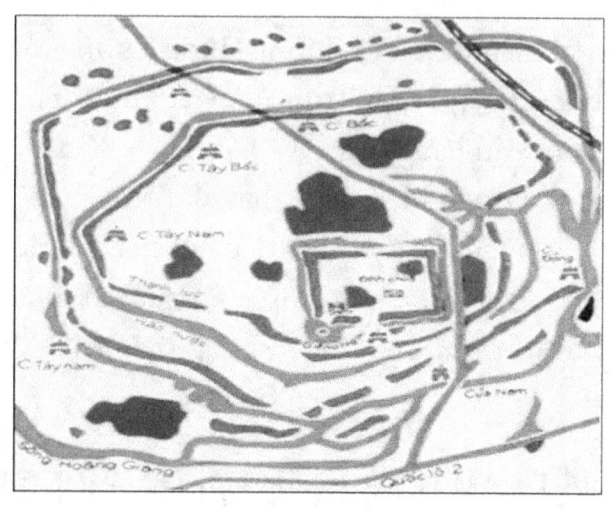

Sơ đồ thành Cổ Loa

Về nguồn gốc của Thục Phán, xưa nay các nhà viết sử thường nêu giả thuyết Thục Phán thuộc dòng dõi vua Thục bên Tàu.

Khi nước Thục (vùng Sichuan bây giờ) bị nhà Tần chiếm cứ, con cháu vua Thục phải chạy xuống phương Nam, tới địa phận nước Tây Âu (còn gọi là Âu Việt) giáp với Văn Lang thì chiếm lấy và làm thủ lãnh của Tây Âu. Sau này hậu duệ là Thục Phán đem quân đánh thắng vua Hùng Vương 18 rồi sát nhập hai nước Tây Âu và Văn Lang thành nước Âu Lạc.

Tuy nhiên nhiều nghiên cứu gần đây của các sử gia cận đại thì cho rằng Thục Phán là con Thục Chế, vua nước Nam Cương gồm 10 xứ Mường. Lãnh thổ Nam Cương bao gồm Cao Bằng và nam Quảng Tây ngày nay. Thục Chế mất, Thục Phán lên ngôi nhưng vì nhỏ tuổi không được 9 chúa Mường quy phục. Thục Phán đã dùng mưu trí khuất phục họ và được tôn làm vua. Sau đó Thục Phán đánh bại Văn Lang hợp nhất lãnh thổ hai nước lập ra nước Âu Lạc

DIỄN TRÌNH NGOẠI THUỘC CỦA NƯỚC VIỆT NAM

Triệu Đà khởi nghiệp và xâm lăng Âu Lạc

Triệu Đà là một viên tướng của Tần Thủy Hoàng nhưng đồng thời cũng được coi như một trong số các vị vua đầu tiên của Việt Nam. Khi Tần Thủy Hoàng chết, loạn lạc xảy ra khắp nơi. Triệu Đà nhân cơ hội chiếm đóng Quế Lâm và Tượng Quận, thành lập ra nước Nam Việt, độc lập với triều đình nhà Tần và xưng là Nam Việt Vũ Vương, còn gọi là Triệu Vũ Vương.

Vào năm 202 TCN, nhà Tần bị nhà Hán thay thế. Lúc đầu Triệu Đà không thần phục nhà Hán, sau do Hán triều hăm dọa lăng tẩm tổ tiên nên đã phải bỏ đế hiệu và xin thần phục, tuy nhiên vẫn giữ độc lập trong nội bộ Nam Việt. Giữ thế với nước lớn xong, Triệu Đà bắt đầu tìm cách bành trướng xuống phương Nam, tấn công nước Âu Lạc nhiều lần. Tuy nhiên lần nào cũng thất bại, vì quân của An Dương Vương rất thiện chiến và đặc biệt là có tài bắn cung nỏ.

Cuối cùng, Triệu Đà phải sử dụng kế nội gián bằng cách cho con trai là Trọng Thủy sang cầu hôn với Mỵ Châu, con gái của An Dương Vương, ở lại triều đình Âu Lạc khai thác nội tình. Cuộc xâm lăng tiếp sau đó của Triệu Đà đã thành công, An Dương Vương thua chạy rồi tự sát.

Sau khi chiến thắng, Triệu Đà đã chia nước Âu Lạc thành 2 quận là Giao Chỉ và Cửu Chân, sát nhập vào nước Nam Việt. Triều đại An Dương Vương chấm dứt vào năm 180 TCN.

CHÍNH SÁCH CAI TRỊ CỦA TRIỆU ĐÀ

Kể từ năm 180 TCN nước Âu Lạc bị Nam Việt đô hộ, đánh dấu kỷ nguyên Âu Lạc bắt đầu bị ngoại thuộc. Tại hai quận Giao Chỉ và Cửu Chân nhà Triệu giao hai quan sứ cai quản. Công việc chính của hai quan sứ là bảo đảm tình hình chung được ổn định, trong khi đó các Lạc Tướng vẫn cai trị dân như xưa. Ngay cả con cháu của An Dương Vương cũng vẫn được giữ những vị trí lãnh đạo trong xã hội Âu Lạc.

Một điều đặc biệt xảy ra dưới triều đại của Triệu Đà là hiện tượng địa phương hóa diễn ra với Triệu Đà và Việt hóa với nhóm dân chúng Âu Lạc.

Triệu Đà sau nhiều năm cai trị dân Bách Việt, tự thấy mình trở thành người Bách Việt độc lập với người Hán ở phương Bắc.

Với khối dân Âu Lạc, xuất phát là những Lạc dân thời Vua Hùng, khi được gom cùng với khối dân Bách Việt tại Hoa Nam, trong nguyện vọng chung là đối kháng lại với sự lấn chiếm từ phương Bắc, họ đồng cảm và tự coi như một thành phần của

Bách Việt, ý niệm Lạc Việt đã bắt nguồn từ đó. Nhiều thế kỷ sau, khi Việt Nam đã dành lại nền tự chủ đối với Tàu, Triệu Vũ Vương (Triệu Đà) vẫn được coi như một trong các vị vua đầu tiên của Việt Nam.

Đền thờ Triệu Vũ Vương ở Kiến Xương, Thái Bình

NƯỚC NAM VIỆT BỊ NHÀ HÁN XÂM CHIẾM, ÂU LẠC HOÀN TOÀN NỘI THUỘC PHƯƠNG BẮC

Triệu Đà làm vua nước Nam Việt từ năm 207 TCN, mất năm 137 TCN, hưởng thọ trên 100 tuổi. Trong suốt thời gian tại ngôi, lúc mềm dẻo, lúc cứng rắn, ông duy trì một tư thế độc lập với triều đình nhà Hán. Với Hán triều, ông duy trì tước vị khiêm tốn là Nam Việt Vũ Vương, hàm ý chấp nhận vị trí chư hầu, nhưng trong nội bộ và tương quan với các quốc gia khác, ông là Nam Việt Vũ Đế, ngang hàng với vua nhà Hán bên Tàu.

Khi Triệu Đà mất, con cháu truyền ngôi được 4 đời. Đến năm 111TCN, triều đình nhà Hán đã áp dụng chính sách thôn tính và đồng hoá thành công nước Nam Việt. Một phụ nữ Hán tộc là Cù Thị được sắp xếp để trở thành Hoàng hậu nước Nam Việt, khi nhà vua mất, thái tử còn nhỏ tuổi, Cù Thị đã làm sớ xin với Hán đế cho đất Nam Việt được nội thuộc Hán triều và sát nhập thành một tỉnh của nhà Hán. Việc này bị quan Tể Tướng Lữ Gia phản đối kịch liệt. Vua nhà Hán phái một viên tướng mang 2,000 dũng sĩ qua Nam Việt để diệt Lữ Gia. Được tin, Lữ Gia cùng em đem binh giết Cù Thị, rồi điều quân đi dẹp tan 2,000 dũng sĩ do vua Hán cử sang.

Triều đình Hán liền lập một đạo quân chinh phạt gồm 100,000 người do Lộ Bác Đức điều khiển, tiến đánh Phiên Ngung, kinh đô của Nam Việt. Tể Tướng Lữ Gia phải bỏ thành chạy, ra tới biển thì bị bắt. Toàn bộ đất Nam Việt bị quân Hán chiếm đóng. Các quận ở xa về phía Nam thuộc Âu Lạc trước đây là Giao Chỉ và Cửu Chân, tuy chưa bị chiếm nhưng đều quy hàng.

Triều đại nhà Triệu chấm dứt vào năm 111 TCN, Nam Việt (bao gồm cả lãnh thổ Âu Lạc), chính thức sát nhập vào nhà Hán, đánh dấu thời kỳ Bắc thuộc lần thứ nhất của lịch sử Việt Nam.

Thời kỳ này kéo dài gần 150 năm, chỉ gián đoạn một thời gian ngắn, do cuộc khởi nghĩa của Hai Bà Trưng vào năm 40 sau Công nguyên.

BẮC THUỘC LẦN THỨ NHẤT VÀ CUỘC KHỞI NGHĨA CỦA HAI BÀ TRƯNG

Sau khi nước Âu Lạc trở thành lãnh thổ của nhà Triệu, và sau khi Triệu bị nhà Hán diệt vào năm 111 TCN, nước ta hoàn toàn nội thuộc triều Hán, đây là thời kỳ Bắc thuộc lần thứ nhất.

NHỮNG NĂM ĐẦU TIÊN CỦA THỜI KỲ BẮC THUỘC THỨ NHẤT

Trước tiên, nhà Hán đổi Nam Việt thành Giao Chỉ Bộ, đặt một quan Thứ Sử cai trị. Dưới là quận, đứng đầu là một Thái Thú. Theo pháp chế nhà Hán, Thứ Sử không trực tiếp can thiệp vào việc cai trị của các quận.

Giao Chỉ Bộ được chia thành 9 quận: Nam Hải, Hợp Phố, Thương Ngô, Uất Lâm (gồm hai tỉnh Guangdong và Guangxi), Châu Nhai, Đạm Nhĩ (thuộc đảo Hải Nam). Ba quận phía nam là Giao Chỉ, Cửu Chân và Nhật Nam (thuộc cương vực nước ta hiện nay).

Dưới quận là huyện. Tại vùng Âu Lạc cũ, các Lạc Tướng vẫn giữ quyền cai trị như trước kia. Như thế, những bộ xưa của nước Văn Lang đã biến thành những huyện của Hán, và các Lạc Tướng trở thành Huyện lệnh, được triều Hán cấp ấn phong như những quan lại, nhưng không bị ràng buộc nhiều.

Thời nhà Hán có hai giai đoạn. Giai đoạn đầu là nhà Tây Hán đến năm 23 sau đó là nhà Đông Hán. Chính sách của nhà Tây Hán đối với những vùng đất mới được chinh phục, là "lấy tục của nó mà cai trị". Nhìn chung, chính sách cai trị của nhà Tây Hán đối với dân Lạc tương đối cởi mở. Dân Lạc không phải chịu các thứ thuế như ở bên Tàu. Triều đình Tây Hán chỉ đòi cống nạp một ít thổ sản như quít, vải, nhãn, chuối và vài loại hàng quý hiếm ở bên Tàu như sừng tê giác, ngà voi, đồi mồi. Chính vì thế, trong những năm đầu của triều Tây Hán, hầu như không có cuộc nổi dậy nào của dân Lạc được lịch sử nhắc đến, ngoại trừ cuộc nổi dậy của Tây Vu Vương, một hậu duệ của An Dương Vương, bị dẹp nhanh chóng vào năm 106 TCN. Qua hơn 100 năm dưới sự cai trị của nhà Tây Hán, xã hội dân Lạc không có một biến động nào quan trọng. Nhưng đến những năm đầu của Công nguyên, với sự thay đổi quyền lực và ngôi vị trong triều Hán, lịch sử xã hội dân Lạc bước vào một bước ngoặt lớn.

Vào năm 9 TCN, bên Tàu có loạn do việc Vương Mãng cướp ngôi nhà Hán, tạo cơ hội cho dân chúng, vốn bất mãn vì sưu cao thuế nặng và bị cường hào ác bá áp bức, cùng với các thế lực cát cứ nhiều nơi, đồng loạt nổi dậy. Trong thời gian bên Tàu rối loạn, nhiều người Hán xuống đất Giao Chỉ Bộ sinh cơ lập nghiệp. Đa số thuộc giới thượng lưu, sĩ phu và điền chủ. Họ kết hợp với các quan lại trên đất Giao Chỉ, giúp các vị này can thiệp nhiều hơn vào sinh hoạt xã hội địa phương. Vào năm 23, dòng dõi nhà Hán dẹp tan chính quyền Vương Mãng, chiếm lại ngôi vua, lập ra nhà Đông Hán, xiết chặt sự kiểm soát trên các lãnh thổ thuộc Hán.

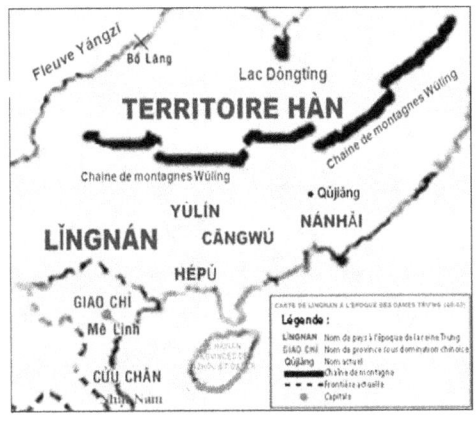

Bản đồ Nam Việt thời nhà Hán với 9 quận

CHÍNH SÁCH CAI TRỊ CỦA NHÀ ĐÔNG HÁN VÀ CUỘC KHỞI NGHĨA CỦA HAI BÀ TRƯNG

Nhìn chung, chính sách cai trị của nhà Tây Hán đối với dân Lạc tương đối cởi mở, trong khi nhà Đông Hán có chính sách cai trị hà khắc hơn. Đứng đầu Giao Chỉ Bộ là một viên Thứ Sử, với bảy viên Tòng Sự. Các Tòng Sự được các Giả Tá giúp việc. Giao Chỉ Bộ có nhiều quận, mỗi quận do một Thái Thú cai trị, với sự trợ lực của nhiều chức sắc. Một bộ máy hành chánh nặng nề, nhưng lại không ăn lương của trung ương mà sống bằng thuế thu được từ các quận. Do đó đã đe dọa trực tiếp vị thế và quyền lợi của các Lạc Tướng và người dân. Ngoài ra, còn có tình trạng dân Hán mới qua, dựa vào thế lực của quan quyền người Hán, đã chiếm đoạt đất đai của làng xã dân Lạc, gây nên nỗi thống khổ cùng cực cho dân Lạc Việt.

Dưới đây là bảng kê khai dân số các Quận thuộc Giao Chỉ Bộ, trong thời Bắc Thuộc lần thứ nhất.

Province	District	Family	Population
Nánhǎi	7	19.613	94.253
Yùlín	11	12.415	71.162
Cāngwú	11	24.379	146.160
Hépu	5	23.121	86.617
Giao Chỉ	12	92.379	746.237
Cửu Chân	5	35.743	166.013
Nhật Nam	5	15.460	69.485
Yázhou	?	?	?
Dàner	?	?	?
Total	56	223.110	1.379.927

Bảng kê khai dân số các Quận thuộc Giao Chỉ Bộ, trong thời Bắc Thuộc lần thứ nhất

Khi triều đình Hán cử viên Thái Thú Tô Định sang Giao Chỉ cai quản, những tình trạng trên càng trở nên trầm trọng. Bấy giờ ở huyện Mê Linh, còn có các tên khác là Phong Châu hay Văn Lang (thuộc huyện Mê Linh, thành phố Hà Nội bây giờ), có chị em bà Trưng Trắc và Trưng Nhị, là con nhà Lạc Tướng dòng dõi

Vua Hùng, là những người có cá tính trung trực mạnh mẽ, không chịu ràng buộc theo pháp luật mà Tô Định áp đặt.

Trưng Trắc kết hôn cùng Đặng Thi Sách, là con trai Lạc Tướng Chu Diên, bấy giờ đang làm quan tại huyện này. Thi Sách là người phản đối chính sách đàn áp và bóc lột của Tô Định, ông đã viết bài "Cổ Kim Vi Chính Luận"; nói lên sự áp bức của chế độ và phê phán chính sách đương thời, (đây cũng là bài văn phê phán các quan chức đô hộ đầu tiên trong lịch sử dân tộc Việt Nam). Điều này đã khiến cho Tô Định tức giận giết ông vào năm 40. Căm thù kẻ cai trị ngoại bang bóc lột dân tình nay lại giết chồng mình, vào tháng 2 năm 40 Trưng Trắc cùng em là Trưng Nhị chính thức phát động khởi nghĩa chống lại nhà Đông Hán. Quân của Hai Bà tấn công trị sở quận Giao Chỉ ở Mê Linh, khiến Thái Thú Tô Định phải bỏ chạy. Sau khi chiếm được nơi đây, Hai Bà Trưng tiến đánh huyện Tây Vu chiếm lấy thành Cổ Loa. Trên đà thắng lợi, từ Cổ Loa Hai Bà Trưng mang quân vượt sông Hoàng, sông Đuống tiến đánh thành Luy Lâu bên bờ sông Dâu (Bắc Ninh).

Quân hai bà khởi nghĩa như mãnh hổ tấn công quá nhanh, khiến các viên quan nhà Hán không kịp trở tay, không dám chống cự phải bỏ chạy về phương Bắc.

Hình minh họa cuộc tiến quân của Hai Bà Trưng

Cuộc khởi nghĩa Hai Bà Trưng được dân chúng khắp nơi hưởng ứng. Quân hai Bà đi đến đâu, như gió lướt đến đấy. Dưới trướng hai Bà, còn nhiều nữ tướng khác như Thánh Thiên Công Chúa, Bát Nàn Công Chúa, bà Lê Chân v.v...

Sau khi thành Luy Lâu bị hạ, các thành khác nhanh chóng tan vỡ và quy phục. Cuộc khởi nghĩa lan rộng vào Cửu Chân, Nhật Nam, sang Uất Lâm, Hợp Phố. Luy Lâu thất thủ đã kéo theo sự sụp đổ của toàn bộ chính quyền Đông Hán tại Giao Chỉ

Khởi nghĩa thành công, Hai Bà hạ được 65 thành ở Âu Lạc và Lĩnh Nam, được các Lạc Tướng tôn lên làm vua, xưng là Trưng Nữ Vương (hay Trưng Vương), đóng đô ở huyện Mê Linh thuộc quận Giao Chỉ.

Cuộc khởi nghĩa thành công của Hai Bà Trưng đã chính thức chấm dứt giai đoạn Bắc thuộc lần thứ nhất trong lịch sử Việt Nam.

NHÀ HÁN SAI MÃ VIỆN SANG XÂM LĂNG ÂU LẠC

Mã Viện là một danh tướng của triều đình Nam Hán, đã từng chiến thắng trong nhiều cuộc chinh phạt khắp các miền biên cương, cầm quân chiếm lại lãnh thổ Nam Việt.

Tháng 4 năm 42, Mã Viện mang 10.000 binh lính từ các quận Trường Sa, Quế Dương (thuộc tỉnh Hunan) kéo xuống vùng Hợp Phố, kết hợp với thủy quân để tiến vào địa phận Giao Chỉ. Trên đường đi, đại quân của Mã Viện ghé qua Quận Thương Ngô thuộc Giao Chỉ Bộ lúc bấy giờ (nay là thành phố Wuzhou giáp ranh với Guangdong) tuyển thêm được 10.000 quân nữa. Năm 43 từ Hợp Phố, đoàn quân của Mã Viện men theo bờ biển, tiến vào Lãng Bạc (Bắc Ninh) giáp chiến với lực lượng của Trưng Nhị. Trận chiến giữa hai bên diễn ra khốc liệt trong nhiều ngày. Theo tự sự sau này, có lúc Mã Viện tưởng mình sẽ bỏ mạng nơi đây! Sau cùng Mã Viện đã chiến thắng, quân hai Bà tan vỡ phải rút về Cẩm Khê (Phú Thọ). Bị giặc truy kích cùng đường Hai Bà đã tự trầm tại Hát Giang, hôm đó là ngày 6 tháng 2 năm 43. (Hát Giang là tên gọi của khúc sông Đáy, chảy song song với sông Hồng trong địa phận Hà Nội).

Sau khi bình định được quận Giao Chỉ, Mã Viện đem đại quân vào Cửu Chân tiêu diệt lực lượng của Hai Bà tại đây. Tướng của Trưng Vương là Đô Dương chống cự dũng mãnh, nhưng sau cùng bị thua. Sử Tàu chép trong trận này Mã Viện đã chém và bắt hơn năm ngàn người.

CHÍNH SÁCH CỦA NHÀ HÁN SAU CUỘC NỔI DẬY CỦA HAI BÀ TRƯNG

Sau khi chiếm lại được toàn cõi Nam Việt, Mã Viện ở lại thêm một năm, để kiện toàn chế độ cai trị của nhà Đông Hán tại đây trước khi về nước. Chính sách nhà Hán thời này lấy trọng tâm là xóa bỏ vết tích của nước Văn Lang nguyên thủy, mang tính chất trả thù cuộc nổi dậy của Hai Bà Trưng. Ngoài việc giết hại nhiều Lạc Tướng và Lạc dân trong cuộc giao tranh, Mã Viện đã đầy 300 người thuộc gia đình thế tộc lên miền Bắc, tại Linh Lăng (tỉnh Húnán), ở sâu trong lãnh thổ nhà Hán. Mã Viện cũng chia lại ranh giới các quận, huyện để ngăn cách hoặc phá bỏ các liên hệ gia tộc sẵn có.

Điều quan trọng nhất là Mã Viện đã triệt để phá bỏ các luật lệ, giao ước trong xã hội Văn Lang trước đây, và ép buộc người dân phải tuyệt đối tuân thủ luật của nhà Hán. Để việc Hán hóa được toàn vẹn, kể từ thời Mã Viện, cư dân các quận Giao Chỉ, Cửu Chân và Nhật Nam bị coi như dân thuộc vùng Lĩnh Nam, tức là một trong các bộ tộc Việt trong nhóm Bách Việt. Danh từ Lạc dân không còn được sử dụng nữa, mà sắc dân gốc Văn Lang nay chính thức được gọi là dân Lạc Việt. Sau những năm dài Bắc thuộc, danh xưng Lạc Việt đã gắn liền với dân tộc Việt Nam nhưng ý chí tự chủ vẫn không thay đổi. Trong khi các nhóm Mân Việt, Âu Việt, Điền Việt, Sơn Việt thuộc miền Lĩnh Nam đều bị Hán hóa toàn bộ, đã trở thành người Tàu, duy có dân Lạc Việt vẫn giữ vững bản sắc dân tộc để sau nhiều thế kỷ phấn đấu tiếp tục duy trì một quốc gia độc lập.

HOÀNG CƠ ĐỊNH chủ biên

BẮC THUỘC LẦN THỨ HAI VÀ CÁC CUỘC KHỞI NGHĨA CỦA BÀ TRIỆU, LÝ TRƯỜNG NHÂN VÀ LÝ THÚC HIỂN

Cuộc khởi nghĩa của hai Bà Trưng bị nhà Hán dập tắt đã đưa nước ta vào thời kỳ Bắc thuộc lần thứ hai kéo dài 500 năm. Tuy thời gian dài như vậy nhưng dân tộc Lạc Việt vẫn không bị Hán hoá, vẫn duy trì được bản sắc để phấn đấu trở thành một nước độc lập. Trong một chuỗi giao tranh đẫm máu suốt thời gian này, nếu chỉ căn cứ vào năm tháng đã xẩy ra các cuộc biến động, thì các thế hệ về sau sẽ khó mà hiểu được, chưa nói đến việc nhớ các chi tiết lịch sử liên hệ. Các cuộc biến động đó, cần được theo dõi trong khung cảnh chính trị thời bấy giờ. Sau đây là 3 sự kiện chính xảy ra trong 500 năm đó.

SỰ THAY ĐỔI LIÊN TIẾP CỦA CÁC TRIỀU ĐẠI THỐNG TRỊ TỪ PHƯƠNG BẮC

Bắc triều thống trị Giao Chỉ Bộ (sau được đổi tên thành Giao Châu) vào năm 43 khởi đầu là nhà Đông Hán, sau đó là nhà Đông Ngô (196). Tới năm 280 Đông Ngô bị nhà Tấn thay thế. Năm 502, nắm giữ số phận Giao Chỉ Bộ là nhà Lương. Sự thay đổi liên tiếp do có sự suy yếu, tương tranh và chuyển tiếp giữa nhiều triều đại nên đã đưa tới 3 quyết định quan trọng sau đây:

Chính sách Nhu Viễn

Trong 150 năm đầu của thời kỳ Bắc thuộc lần 2, tại Giao Chỉ Bộ có ít nhất 4 cuộc nổi dậy quan trọng của người dân Việt. Cùng lúc nhà Hán cũng phải liên miên chống đỡ với sự vùng lên của dân Tàu, và các cuộc chiến chinh của các bộ tộc hiếu chiến lân cận nên buộc triều đình bên Tàu phải thi hành chính sách mềm mỏng đối với dân tại phần đất xa xôi này.

Thành công nhất của Hán triều là việc dùng Sĩ Nhiếp trong chức vụ Thái Thú quận Giao Chỉ (thuộc Giao Chỉ Bộ). Họ Sĩ người gốc Hán, đã nhiều đời sinh sống tại Giao Chỉ, được địa phương hóa và ngay như Hán Triều cũng coi ông như thổ dân Giao Chỉ.

Sĩ Nhiếp được lòng dân địa phương, tuy thần phục Hán triều nhưng đường lối cởi mở tiếp nhận các luồng văn hóa khác đến từ phương Nam, mở mang giao thương, biến Giao Chỉ thành một nơi bình yên và thịnh vượng. Về cung cách, họ Sĩ hành sử như một vị vua hùng cứ một phương.

Sau khi Sĩ Nhiếp chết, triều đình phương Bắc cai trị nước ta đã chuyển sang nhà Ngô. Ngô triều quyết định nắm lại quyền cai trị trực tiếp tại Giao Chỉ, cử Lữ Đại đem quân chiếm đóng, chấm dứt chính sách Nhu Viễn và tiến hành một cuộc đàn áp thô bạo tại đây.

Việc chia Giao Chỉ Bộ thành hai phần

Năm 203, theo đề nghị của Thái Thú quận Giao chỉ Sĩ Nhiếp và Trương Tân, Thứ Sử Giao Chỉ Bộ, nhà Đông Hán đổi Giao Chỉ Bộ thành Giao Châu. Năm 226, Đông Ngô lại chia tách 5 quận Hải Nam, Tương Ngô, Uất Lâm, Châu Nhai và Đạm Nhĩ thành Quảng Châu và Giao Châu là phần đất còn lại bao gồm 3 quận Giao Chỉ, Cửu Chân và Nhật Nam (là lãnh thổ nước Âu Lạc trước đây) và quận Hợp Phố. Sự chia cắt đã có tác dụng giúp cho vùng đất Âu Lạc ít bị Hán hoá.

Sự xuất hiện của nước Lâm Ấp ở phía nam Âu Lạc

Nước Lâm Ấp hình thành từ những cuộc bạo loạn vào năm 100 tại huyện Tượng Lâm thuộc quận Nhật Nam. Khi đó, Bắc triều không chống đỡ nổi cuộc nổi dậy của người dân và cuộc tấn công từ phía Nam nên phải nhượng bộ để quận Nhật Nam chính thức trở thành nước Lâm Ấp vào năm 190. Sự ra đời của nước Lâm Ấp có tác dụng khuyến khích ý chí độc lập của người Việt đối với phương Bắc, nhưng nó cũng đẩy nước Việt sau đó luôn luôn phải đối đầu với hai chiến tuyến trong các cuộc chiến tranh với Tàu ở phía Bắc và Lâm Ấp (sau là Chiêm Thành) tại phương Nam.

CÁC CUỘC NỔI DẬY CỦA DÂN ÂU LẠC SAU KHI CHẤM DỨT CHÍNH SÁCH NHU VIỄN

Chính sách Nhu Viễn của Bắc triều chính thức chấm dứt vào năm 226 khi Tôn Quyền triệt hạ Sĩ Huy (con của Sĩ Nhiếp) và cử Lữ Đại đem quân chiếm đóng Giao Chỉ và Cửu Chân.

Vùng Nhật Nam lúc này đã là nước Lâm Ấp, một nước có giao hảo với nhà Ngô nên không còn được coi như quận huyện thuộc Bắc Triều.

Lữ Đại thi hành chính sách đàn áp thô bạo dân Việt, sau đó đưa quan lại nhà Ngô sang cai trị, thi hành chính sách vơ vét tham tàn, dân tình vô cùng khốn đốn.

Cuộc nổi dậy của Bà Triệu

Năm 247 Lâm Ấp đem quân tấn công Cửu Chân và làm rúng động Giao Châu. Đồng thời với cuộc tấn công của Lâm Ấp là cuộc nổi dậy của Bà Triệu tại Cửu Chân.

Bà Triệu là người thuộc một bộ tộc miền núi dòng dõi Lạc Dân từ thời Hùng Vương, đã tạo được nhiều chiến thắng vẻ vang chống giặc Ngô.

Tuy thành quả của bà không được lớn rộng như dưới thời Trưng Vương, nhưng đã ghi dấu ấn quan trọng, ngay cả sử Tàu cũng phải thừa nhận. Cuộc nổi dậy của Bà Triệu, tức Triệu Trinh Nương, chỉ kéo dài non một năm nhưng đã được dân Việt ngưỡng mộ. Bà đã để lại câu nói bất hủ trong sử nước ta:

"Ta chỉ muốn cưỡi cơn gió mạnh, đạp luồng sóng dữ, chém cá tràng kình tại biển Đông, đánh đuổi quân Ngô, dựng lại giang

sơn, cứu dân ra khỏi nơi đắm đuối, chứ không chịu khom lưng làm tỳ thiếp người ta".

Đền thờ Bà Triệu tại Thanh Hóa

Sau cuộc khởi nghĩa thất bại của Bà Triệu, trong 200 năm kế tiếp, tình hình Âu Lạc lúc thì ổn định, lúc biến loạn. Nhưng các cuộc biến loạn này không mang tính chất sự nổi dậy của dân Âu Lạc chống lại sự thống trị của Bắc phương mà có nhiều sắc thái là sự nối tiếp của những tranh chấp bên Tàu trong đó triều đại này đã thay thế cho triều đại khác mà Âu Lạc là một phần trong lãnh thổ tranh chấp.

Điều cần ghi nhớ là trong 200 năm này, đã có một thời kỳ dân Âu Lạc được hưởng một cuộc sống trong cảnh thái bình thịnh trị, đó là thời gian Đỗ Tuệ Độ, một người Giao Châu gốc Hán được suy cử trong chức vụ Thứ Sử.

Cuộc nổi dậy của Lý Trường Nhân và Lý Thúc Hiến

Năm 468 khi Thứ Sử Giao Châu là Trương Mục chết. Lợi dụng cơ hội, Lý Trường Nhân là dân gốc Lạc Việt nổi lên cướp chính quyền, sát hại toàn bộ các di dân mới từ bên Tàu sang, tự phong mình là Thứ Sử Giao Châu.

Bắc triều lúc đó là nhà Tống cử Ngô Hỷ rồi Tông Phụng Bá sang đoạt lại chức nhưng không ai dám đi.

Sau đó nhà Tống phải cử Lưu Bột cầm quân qua chinh phạt. Khi Lưu Bột qua tới Giao Châu, Lý Trường Nhân dàn quân ra chống cự. Lưu Bột không sao thắng nổi. Tống triều miễn cưỡng phải chấp nhận để Lý Trường Nhân tiếp tục làm Thứ Sử Giao Châu.

Được vài năm, Trường Nhân chết, người em họ là Lý Thúc Hiến lên thay thế nhưng Tống triều không chịu, cử Thẩm Hoán qua thay thế. Thẩm Hoán bị toán quân của Lý Thúc Hiến vốn được lòng dân địa phương đánh khiến phải quay về Uất Lâm rồi chết tại đây. Thế là Lý Thúc Hiến đương nhiên cai quản một vùng tự trị, tuy danh hiệu chưa được gọi là một nước.

Vào năm 479, nhà Tề thay thế nhà Tống, Lý Thúc Hiến tiếp tục không thần phục cầm cự được 6 năm. Đến năm 485 Nhà Tề cử quân qua đánh, Thúc Hiến thua và Âu Lạc lại rơi vào tay các quan lại phương Bắc.

Như vậy, kể từ cuộc khởi nghĩa của Hai Bà Trưng, cuộc nổi dậy của anh em Lý Trường Nhân và Lý Thúc Hiến với 17 năm tự trị là quan trọng hơn cả. Cuộc tàn sát các quan lại và di dân người Hán vào năm 468 bởi Lý Trường Nhân tuy mang tính cực đoan nhưng cũng phần nào thể hiện một tinh thần dân tộc độc lập trước thế lực phương Bắc.

SỰ ĐỊNH HÌNH CỦA XÃ HỘI VÀ DÂN TỘC LẠC VIỆT

Khởi đi từ xã hội Lạc dưới thời các Vua Hùng, vùng Văn Lang đã là cửa ngõ đón nhận các nền văn hóa Nam phương, hòa đồng với văn hóa Hán từ phương Bắc.

Trong thời Bắc thuộc, Âu Lạc là một trong hai cửa ngõ để đạo Phật từ Đông Nam Á hòa nhập vào nước Tàu. Thành Luy Lâu, trị sở của Giao Chỉ thời Sĩ Nhiếp là trung tâm Phật học lớn cho toàn vùng trong thời gian đó.

Song song với việc phổ biến Phật Giáo, trong thời gian bên Tàu loạn lạc, Âu Lạc cũng là nơi lưu ngụ cho nhiều học giả người Hán chạy xuống miền Nam lánh nạn, đó là lý do dưới thời Sĩ Nhiếp cả ba trào lưu Nho, Phật, Lão đều được thịnh hành và là nền tảng cho văn hóa Lạc Việt

Chùa Dâu, di tích Phật giáo tại Luy Lâu

Bên cạnh lĩnh vực văn hóa, về kinh tế, ngành trồng lúa nước hai mùa với nông cụ bằng sắt, làm ra lúa gạo sung túc cho cuộc sống cũng là đặc trưng của Âu Lạc.

Thêm vào đó còn các loài thảo mộc nhiệt đới khác đã giúp cho Âu Lạc không những phát triển được ngành trồng dâu nuôi tằm dệt lụa mà còn cả ngành trồng bông, dệt vải, làm giấy, các lâm sản và hương liệu khó kiếm, chưa kể tới khoáng sản cho ngành sản xuất vật dụng thủy tinh và mỹ nghệ.

Lối sống của con người Lạc Việt cũng mang màu sắc riêng biệt khiến trong nhiều thế kỷ Bắc thuộc, người Việt đã không bị Hán hóa.

Họ là hậu duệ của Lạc dân từ thời Hùng Vương như Triệu Trinh Nương, Lý Trường Nhân, Lý Thúc Hiến hay các người gốc Hán đã được Việt hóa qua nhiều thế hệ sinh sống tại Âu Lạc như Sĩ Nhiếp, Đỗ Tuệ Độ.

Chính những con người trên và người dân Lạc Việt đã giúp cho Âu Lạc không pha trộn với Bắc triều trong mấy trăm năm dài bị cai trị.

LÝ BÍ CHẤM DỨT BẮC THUỘC LẦN THỨ HAI, THÀNH LẬP NHÀ TIỀN LÝ VÀ NƯỚC VẠN XUÂN

Giai đoạn Bắc thuộc lần thứ hai bắt đầu năm 43 sau khi nhà Đông Hán sai Mã Viện đem quân qua đánh bại cuộc khởi nghĩa của Hai Bà Trưng. Giai đoạn này kéo dài 500 năm và chấm dứt vào năm 542 với cuộc khởi nghĩa của Lý Bí.

CUỘC KHỞI NGHĨA CỦA LÝ BÍ, TINH THIỀU VÀ TRIỆU TÚC VÀO NĂM 542

Lý Bí và Tinh Thiều dòng dõi từ phương Bắc, tổ tiên di cư xuống Giao Châu đã nhiều thế hệ, sanh trưởng trong những gia đình cự phách tại đây. Hai ông đều tinh thông Hán học, nổi tiếng tài cao học rộng nhưng không được trọng dụng.

Lý Bí kết thân với Triệu Túc, quê quán tại vùng đầm lầy thuộc Châu Diên, là người gốc Lạc Việt thuần túy. Vùng này đồng thời cũng là nơi tập hợp nhiều gia đình gốc Lạc Dân hồi trước, tụ hội về đây vì không muốn hội nhập vào xã hội Hán hóa tại Giao Châu.

Lúc bấy giờ bên Tàu nhà Lương đang cai trị. Với chủ trương đặt người tin cẩn trị nhậm các nơi quan trọng như quan Thứ Sử Giao Châu là Tiêu Tư, một tôn thất nhà Lương.

Tiêu Tư là một viên quan nổi tiếng tham lam và tàn bạo khiến muôn dân cơ cực và bất bình. Vì thế vào đầu năm 542 khi Lý Bí nổi lên dành quyền tự chủ cho Âu Lạc, dân chúng theo rất đông. Trước thế mạnh của người dân nổi dậy khắp nơi, và nhất là vốn dĩ chỉ lo vơ vét làm giầu, Sử Tàu chép rằng Tiêu Tư thấy vậy vội cầu hoà với Lý Bí xin chạy về Quảng Châu để giữ mạng sống.

Ba tháng sau, vào giữa năm 542, nhà Lương bắt đầu phản công. Lý Bí không những đã chiến thắng dễ dàng quân Tàu mà còn chiếm được toàn vùng Âu Lạc trước đây. Vào cuối năm 542 Lương triều cử quân sang tấn công Lý Bí lần thứ nhì. Khi mới tới Hợp Phố thì đã bị quân sĩ của Lý Bí từ phía Nam tràn qua đánh bại trận nữa, tàn quân phải bỏ chạy về Quảng Châu.

Lợi dụng tình hình dân Âu Lạc nổi lên chống lại nhà Lương, quân Lâm Ấp tràn sang tấn công quận Đức Châu. Sau khi phá được quân nhà Lương, tới giữa năm 543, Lý Bí sai tướng Phạm Tu mang quân đánh Lâm Ấp giữ yên biên giới phía Nam từ đó.

QUỐC HIỆU VẠN XUÂN

Sau khi đã dẹp yên phương Bắc, bình định phương Nam, tháng 2 năm 544, Lý Bí chính thức lên ngôi Hoàng Đế, xưng là Nam Việt Đế (còn gọi là Lý Nam Đế), đặt quốc hiệu là Vạn Xuân, ý mong xã tắc được bền vững tốt đẹp muôn đời.

Lý Nam Đế phong Triệu Túc làm Thái phó (chức vụ cao nhất triều đình), Tinh Thiều đứng đầu quan văn, Phạm Tu đứng đầu tướng võ, xây đài Vạn Xuân làm nơi triều hội. Lý Phục Man được phong chức Tướng Quân, coi một vùng từ Đỗ Động (Hà Đông) tới Đường Lâm (Sơn Tây) để phòng bị mặt tây và tây bắc.

Vai trò của Triệu Túc cho thấy nhà vua đặc biệt coi trọng vai trò của người bản địa, việc bố trí nhân sự này thể hiện sự hợp tác chặt chẽ giữa cư dân gốc Lạc dân thời Hùng Vương và cư dân gốc Hán, kết lại thành một thực thể độc lập với phương Bắc.

CUỘC XÂM LĂNG NƯỚC VẠN XUÂN CỦA NHÀ LƯƠNG

Vai trò lịch sử của nhà Lý hiện hữu từ năm 542, chính thức vào năm 544. Năm 545 nhà Lương cử tướng Trần Bá Tiên đem quân qua đánh chiếm. Tháng 6 năm 545, Lý Bí bị thua đạo quân nhà Lương ở Long Biên phải rút về cửa sông Tô Lịch. Bá Tiên truy đuổi khiến quân Lý Bí phải rút về giữ thành Gia Ninh.

Tại đây, Lý Bí cũng chỉ cầm cự được vài tháng đến đầu năm 546 phải chạy về động Khuất Liêu, để lại một cánh quân do tướng Triệu Quang Phục (con của quan thái phó Triệu Túc) chỉ huy, tiếp tục kháng cự quân Lương tại thung lũng sông Hồng.

Sau khi rút về Khuất Liêu, Lý Nam Đế kết liên được với các bộ tộc người Lạo (sắc dân Thái hiện nay), thu phục được vài chục ngàn quân kéo ra kháng cự trở lại với Trần Bá Tiên.

Nhà Vua đóng quân tại hồ Điển Triệt, thuyền bè đậu kín dưới hồ, khí thế thật hùng tráng khiến bên quân Trần Bá Tiên có phần nao núng. Không may vào một đêm, đột nhiên nước sông lên cao chảy ngược vào hồ, thủy quân của Bá Tiên tràn theo dòng nước tấn công, bên Lý Nam Đế trở tay không kịp, bị tan vỡ, nhà Vua lại phải tháo lui về động Khuất Liên một lần nữa rồi hai năm sau bị bệnh chết.

Cánh quân của Triệu Quang Phục trước thế giặc quá mạnh phải lui về giữ đầm Dạ Trạch (Hưng Yên ngày nay), dựa vào địa hình vùng lầy lội, có nhiều nơi nước sâu, rộng, kế bên những bãi lau sậy phủ kín, tiến binh rất khó. Phía Triệu Quang Phục dùng thuyền nhẹ, áp dụng lối đánh du kích trong nhiều năm, quân Lương không sao dẹp nổi.

Năm 548, hay tin Lý Nam Đế mất, Triệu Quang Phục xưng vương, hiệu là Triệu Việt Vương. Vào lúc này bên Tàu có loạn lớn, Trần Bá Tiên bị triệu hồi về nước nên trao quyền cho tùy tướng là Dương Sản thống lãnh sĩ tốt.

Lợi dụng cơ hội, Triệu Quang Phục tiến quân giết được Dương Sản, lấy lại được thành Long Biên, lên làm vua cho tới năm 571. Khi Lý Nam Đế bị thua chạy về động Khuất Liêu, ngoài những binh sĩ của Triệu Quang Phục, còn một nhóm thứ ba do người anh họ của nhà vua là Lý Thiên Bảo cùng tùy tướng là Lý Phật Tử, chạy vào được Cửu Chân. Tại đây họ bị quân Lương đánh tiếp phải chạy qua Lào, đến đóng ở động Dã Năng. Thiên Bảo lập một triều đình tại đây, xưng là Đào Lang Vương.

Năm 555 Lý Thiên Bảo mất, binh quyền về tay Lý Phật Tử. Năm 557 Lý Phật Tử đem quân về chống với Triệu Việt Vương. Hai bên không phân thắng bại nên giảng hòa chia phần cai quản. Lý Phật Tử đóng ở Ô Diên (nay thuộc Hà Đông), Triệu Việt Vương đóng ở Long Biên.

Năm 571 Lý Phật Tử đem quân đánh úp Triệu Việt Vương khiến Vương thua chạy tới Đại Nha (thuộc Nam Định) nhảy xuống sông tự vận.

Lý Phật Tử lấy được thành Long Biên rồi, xưng đế hiệu (Hậu Lý Nam Đế), đóng đô tại Phong Châu (nay thuộc Phú Thọ). Trong thời gian kể từ khi Trần Bá Tiên thắng được Lý Nam Đế vào năm 546, nước Tàu đã đổi chủ hai lần, nhà Lương đã chuyển qua nhà Trần rồi nhà Tùy. Một phần do sự xáo trộn này nên nhà Lý đã duy trì được nền tự chủ một thời gian tương đối lâu dài mặc dầu nội trị vẫn còn yếu ớt

Đầu năm 603, nhà Tùy cử Lưu Phương dẫn quân thuộc 27 doanh sang xâm lăng nước Vạn Xuân. Lưu Phương theo đường Vân Nam tiến xuống đánh tan quân của Lý Phật Tử rồi bắt Lý Phật Tử đem về Tàu, chấm dứt 61 năm tự chủ của nước Việt với ba triều đại Tiền Lý, Triệu và Hậu Lý. Nước Việt từ đây lại rơi vào vòng thống trị của Tàu thêm ba trăm năm nữa, đó là thời kỳ Bắc thuộc lần thứ ba.

HOÀNG CƠ ĐỊNH chủ biên

SỰ SỤP ĐỔ CỦA NHÀ TIỀN LÝ VÀ THỜI KỲ BẮC THUỘC LẦN THỨ BA

Nhà Tiền Lý chính thức cáo chung vào năm 603 sau khi Lý Phật Tử bị Bắc Triều lúc đó là nhà Tùy đánh bại. Nước ta sau đó trở lại thành Giao Châu, được chia thành các quận:
- Giao Chỉ, vùng Bắc Bộ hiện nay (30.000 hộ)
- Cửu Chân, vùng Thanh Hóa (16.100 hộ)
- Nhật Nam, vùng Nghệ An, Hà Tĩnh (9.900 hộ)

Ngoài ra, còn ba quận nhỏ thuộc vùng Bình Trị Thiên Vùng Nhật Nam trước đó bị Lâm Ấp chiếm đóng nhưng đã bị quân lính nhà Tùy đẩy lui về phía nam.

Vào năm 618, nhà Tùy bị nhà Đường thay thế. Giao Châu được nhà Đường chia thành hai Phủ Tổng quản, Phủ Tổng quản thứ nhất gồm vùng đồng bằng sông Hồng và sông Mã. Phủ Tổng quản thứ hai kiểm soát vùng biên thùy với Lâm Ấp và các tộc miền núi.

Trong thời gian đầu, Giao Châu được đặt dưới quyền của Thứ Sử Khâu Hòa. Khâu Hòa là một viên quan thanh liêm và có tài cai trị. Trong thời gian Khâu Hòa trị nhậm dân tình yên ổn, giao thương phát triển. Trong khi các nước loạn lạc thì Giao Châu là một ốc đảo bình yên trong nhiều năm. Trong thời kỳ này, thành phần di dân thường chỉ là một số người thân nhỏ thuộc gia đình các thương gia và binh sĩ cho nên mặc dầu số hộ tăng nhiều, nhưng nhân số thuộc mỗi hộ thì giảm. Một điều đặc biệt khác là một bộ phận quan trọng của khối di dân gồm những quan chức nhà Đường thuộc thành phần chống đối bị lưu đầy qua Giao Châu và nhiều nho sĩ danh tiếng. Điều này đã ảnh hưởng nhiều tới việc phát triển giáo dục tại Giao Châu thời gian sau.

Đến năm 679, Giao Châu được đổi thành An Nam đô hộ phủ. Danh từ An Nam để chỉ nước ta xuất hiện từ đó và sau hơn nửa thế kỷ yên bình dưới triều nhà Đường, tình hình Giao Châu bắt đầu thay đổi.

CUỘC KHỞI NGHĨA TRONG THẾ KỶ THỨ 7 CỦA LÝ TỰ TIÊN VÀ ĐINH KIẾN

Sau khi đổi tên nước ta thành An Nam đô hộ phủ thì vào năm 684, nhà Đường cử Lưu Diên Hựu sang nắm quyền cai trị. Lưu Diên Hựu cho tăng thuế lên gấp đôi khiến dân chúng căm phẫn nổi dậy. Lưu Diên Hựu bắt giết người cầm đầu là Lý Tự Tiên khiến dân chúng càng căm hờn, cuộc khởi nghĩa lan rộng thêm ra. Lúc này, người chỉ huy các cuộc khởi nghĩa là Đinh Kiến, một trong những người tham gia vào cuộc nổi dậy của Lý Tự Tiên. Ông cho quân bao vây thành Tống Bình (tức Long Biên), nơi trị sở của An Nam đô hộ phủ. Nhà Đường sai Phùng Nguyên Thường mang quân sang giải cứu. Nguyên Thường mưu tranh quyền với Lưu Diên Hựu nên tìm cách hoãn binh và thương lượng với Đinh Kiến.

Mùa hè năm năm 687, nghĩa quân tiến vào thành Tống Bình giết được Lưu Diên Hựu, Phùng Nguyên Thường sợ hãi bỏ chạy.

Sau đó Đường triều phải phái một cánh quân khác qua bình định, giết được Đinh Kiến, cuộc nổi dậy mới bị tan vỡ.

Đây là một cuộc khởi nghĩa của dân chúng do chính người dân cầm đầu, thiếu vắng sự tham dự của tầng lớp hào tộc bản xứ.

CÁC CUỘC KHỞI NGHĨA TRONG THẾ KỶ THỨ 8 CỦA MAI THÚC LOAN VÀ PHÙNG HƯNG

Cuộc khởi nghĩa của Mai Thúc Loan

Vào cuối thế kỷ thứ 7, đầu thế kỷ thứ 8, Bắc triều trải qua một giai đoạn suy thoái tạm kéo dài 15 năm. Trong suốt thời gian này, vùng biên duyên, trong đó có nước ta, được thả nổi cho các quan lại cầm quyền mặc sức tham nhũng, bóc lột và đàn áp người dân.

Năm 722, Mai Thúc Loan gốc người Diễn Châu (Nghệ An) chiêu mộ nghĩa sĩ nổi dậy tại Hoan Châu (Nghệ An) sau đó chiếm tiếp miền trung lưu sông Lam, xây thành đắp lũy trên núi Hùng Sơn (thuộc Nghệ An), tự xưng Hoàng Đế, tục gọi là Mai Hắc Đế

Khác với các biến động trước đây tại Giao Châu, thường gắn liền với các chính biến từ phương Bắc, cuộc nổi dậy của Mai Thúc Loan lại có nhiều liên hệ với tình hình từ các nước tại phương Nam.

Chuyển biến quan trọng trong thế kỷ thứ 7 là sự xuất hiện của đế quốc Chân Lạp, đế quốc này đã tiêu diệt đế quốc Phù Nam, mở rộng ảnh hưởng về phía Nam tới Sumatra và đã thôn tính một phần lãnh thổ của Lâm Ấp. Tình trạng ly loạn tại Lâm Ấp vì vậy đã đẩy một khối di dân lớn chạy lên phía nam của Âu Lạc. Chỉ trong nửa đầu của thế kỷ thứ 8 dân số trong vùng Hoan Châu đã tăng lên gấp 3 lần.

Đoàn quân của Mai Hắc Đế tiến ra bắc đánh chiếm thành Tống Bình (Hà Nội ngày nay) có tới 400.000 người, được sự hỗ trợ của 32 bộ tộc miền núi và có sự tham gia của cả những cánh quân Chân Lạp, Lâm Ấp và Sumatra. Thái Thú lúc bấy giờ là Quang Sở Khách phải bỏ thành chạy về nước. Vua Đường sai Dương Tư Húc sang tái chiếm Tống Bình. Lực lượng quân Đường lên tới 100.000 lính khiến quân của Mai Hắc Đế thua to. Cuộc khởi nghĩa tan vỡ, Mai Hắc Đế chết trong khi đi lánh nạn.

Cuộc khởi nghĩa của Phùng Hưng

Từ năm 749 Bắc triều bắt đầu rơi vào thời kỳ khủng hoảng. Các cuộc chiến tranh với các lân bang diễn ra liên tiếp. Tới năm 791, quan Thái Thú được cử cai trị An Nam đô hộ phủ là Cao Chính Bình. Bình vốn tham lam, đánh thuế rất nặng không chừa ai, nên dân từ giàu tới nghèo đều oán ghét. Phùng Hưng thuộc dòng dõi hào phú đất Đường Lâm, nhiều đời làm quan lang, nuôi chí cứu nước bèn cùng với em là Phùng Hải liên kết hào kiệt thành lực lượng nổi dậy. Quân sĩ của Phùng Hưng bao vây phủ thành đô hộ chống lại Cao Chính Bình nhưng đánh mãi không thắng nổi. Sau nhờ kết hợp được với Đỗ Anh Hàn, dùng mưu kế của Đỗ Anh Hàn vây phủ khiến Cao Chính Bình phải chạy về thành Đại La cố thủ sau đó sinh bệnh mà chết. Phùng Hưng nhân đó chiếm thành, gánh vác chính sự. Ông cầm quyền được bảy năm thì mất. Đức độ của ông dân chúng coi như cha mẹ, nên tôn là Bố Cái Đại Vương. Khi con ông là Phùng An lên nối nghiệp, nhà Đường đưa binh lực hùng hậu sang tấn công. Phùng An yếu thế phải đầu hàng. Đất nước ta lại rơi vào ách đô hộ của Bắc phương.

TÌNH HÌNH NƯỚC TA Ở THẾ KỶ THỨ 9

Cuộc nổi dậy của Dương Thanh

Từ năm 820, triều Đường tiếp tục rơi vào một cuộc suy thoái lâu dài. Viên quan cai trị nước ta lúc đó là Lý Tượng Cổ, một con người khắc nghiệt, hung bạo, bị nhân dân oán ghét. Cùng lúc đó ở Hoan Châu có người hào trưởng tên là Dương Thanh có nhiều uy thế trong vùng. E ngại trước thanh thế của Dương Thanh, Tượng Cổ đưa Dương Thanh về làm nha môn tướng giữ La Thành nhằm dễ theo dõi. Dương Thanh bất mãn nhưng nén chịu chờ thời. Năm 819, khi người Man ở Hoàng Động nổi dậy, ông được sai đi đánh dẹp. Nhưng ông đã hợp nhất với người Man ở Hoàng Động đánh chiếm thủ phủ Tống Bình, giết Tượng Cổ, chiếm quyền cai trị. Nhà Đường muốn đánh lại Dương Thanh nhưng thế lúc đó đã suy yếu nên đành cử Quế Trọng Vũ sang làm Thái Thú, ra sắc phong cho Dương Thanh làm Thứ Sử Quỳnh Châu (thuộc đảo Hải Nam), Thanh không chịu và cho quân chặn Quế Trọng Vũ ở biên giới. Quế Trọng Vũ dùng kế mua chuộc các hào trưởng vùng này và tạo nội loạn trong hàng ngũ Dương Thanh. Kết quả, Quế Trọng Vũ đã diệt được Dương Thanh và chiếm lại được La Thành.

Cao Biền với cuộc chiến chống quân Nam Chiếu

Tại miền tây tỉnh Vân Nam vào thời đó có 6 bộ tộc người Thái sinh sống. Mỗi bộ tộc là một tiểu quốc, vua của tiểu quốc gọi là Chiếu. Đầu thế kỷ thứ tám, Nam Chiếu thống nhất được các bộ tộc khác, trở nên hùng mạnh, nên bắt đầu đi xâm lược các vùng chung quanh. Từ năm 846, Nam Chiếu kéo xuống cướp phá Giao Châu nhiều lần. Dữ dội nhất là năm 863, giặc Nam Chiếu hai lần tràn xuống đánh phủ thành Giao Châu, giết dân, cướp của. Năm 865, Cao Biền một tướng nhà Đường được phái sang đánh dẹp. Năm 866, ông đánh tan quân Nam Chiếu và được phong làm Tiết Độ Sứ cai quản Giao Châu (lúc đó được gọi là Tĩnh Hải). Sử cũ lưu truyền về Cao Biền là người có công. Năm 868, ông được chuyển đi làm Tiết Độ Sứ Tứ Xuyên, rồi chết ở đó.

An Nam Đô Hộ Phủ sau cuộc xâm lược của Nam Chiếu và Tiết Độ Sứ Tăng Cổn

Từ khi được bổ làm Tiết Độ Sứ Tĩnh Hải cho đến khi được thuyên chuyển về Thiên Bình bên Tàu, Cao Biền đã thực hiện được những công việc biến An Nam thành một vùng trù phú và yên ổn trong một thời gian khá dài.

Sau thời kỳ cai quản của Cao Biền, kế vị là Cao Tầm (cháu của Cao Biền) và Tăng Cổn, vùng đất An Nam vẫn yên ổn và phát triển do chính sách ổn định. Tăng Cổn làm Tiết Độ Sứ Tĩnh Hải được 14 năm, ông đã xây dựng một xã hội yên bình và để lại cho nước ta nhiều sáng tác văn chương giá trị. Nhưng món quà đáng quý nhất là hai câu thơ nói lên cảm quan của một vị quan Bắc triều về mảnh đất mà phương Bắc đã chinh phục và nỗ lực đồng hóa trong gần 1000 năm, hai câu thơ đó như sau:

Giang sơn đất Việt có tự nghìn xưa
Đường triều nhân sĩ chỉ là những người mới.

HOÀNG CƠ ĐỊNH chủ biên

HỌ KHÚC VÀ NGÔ QUYỀN XOÁ BỎ THỜI KỲ BẮC THUỘC, GIÀNH LẠI TỰ CHỦ CHO ĐẤT NƯỚC

Những năm đầu thế kỷ thứ 10, tình trạng nước Tàu cực kỳ rối ren, nhà Đường không còn đủ quyền lực để kiểm soát các vùng lãnh thổ ngoại biên. Tăng Cổn là viên quan Tiết Độ Sứ sau cùng của Đường triều tại nước ta được cổ sử ghi lại. Sau đó không thấy ghi chép lại rõ ràng các viên quan cai quản khác. Như thế có thể thấy vào đầu thế kỷ thứ mười tại nước ta có một khoảng trống quyền lực Bắc phương kéo dài và đó là cơ hội cho dân tộc Việt Nam giành lại độc lập.

HỌ KHÚC DẤY NGHIỆP

Trong bối cảnh quyền lực của nước Tàu bị suy yếu, Khúc Thừa Dụ, một hào phú quê ở Hồng Châu (Hải Dương) đã tự đứng lên làm Tiết Độ Sứ cai quản Giao Châu.

Theo sách Tư Trị Thông Giám: "Họ Khúc là một họ lớn lâu đời ở Hồng Châu, Thừa Dụ tính khoan hòa, hay thương người, được dân chúng suy tôn. Gặp thời buổi loạn lạc, nhân danh là hào trưởng một xứ, Thừa Dụ tự xưng là Tiết Độ Sứ và khéo léo xin mệnh lệnh của nhà Đường"

Năm 906, vua Chiêu Tuyên nhà Đường buộc phải công nhận Khúc Thừa Dụ có toàn quyền chính trị trong vùng, phong ông làm Tĩnh Hải quận Tiết Độ Sứ và Đồng Bình Chương Sự.

Năm 907, nhà Đường sụp đổ bị thay thế bởi nhà Hậu Lương. Khúc Thừa Dụ cũng mất, giao quyền lại cho con trai là Khúc Hạo. Nhà Hậu Lương cũng công nhận Khúc Hạo là Tiết Độ Sứ nhưng ngầm mưu chiếm lại Giao Châu nên năm 908 đã phong cho Lưu Yếm kiêm nhiệm chức Tĩnh Hải quận Tiết Độ An Nam. Mầm mống xung đột giữa họ Khúc và nhà Hậu Lương bắt đầu từ đó.

Khúc Hạo nắm giữ vai trò Tiết Độ Sứ, cho lập ra lộ, phủ, châu, xã ở các nơi, đặt quan lại, sửa sang thuế má, sưu dịch, cải cách hành chính nhằm xây dựng một lãnh thổ thống nhất, độc lập tách khỏi ảnh hưởng của chính quyền phương Bắc.

Khúc Hạo cầm quyền được mười năm từ 907 đến 917 thì mất, giao quyền lại cho con là Khúc Thừa Mỹ. Trong giai đoạn này,

Lưu Yểm ở Phiên Ngung, Quảng Châu tự xưng đế, quốc hiệu Đại Việt (sau đổi thành Nam Hán).

Khúc Thừa Mỹ nhận chức Tiết Độ Sứ của nhà Lương và không thần phục nhà Nam Hán. Khúc Thừa Mỹ liên minh với Vương Thẩm Tri, người chiếm giữ đất Phúc Kiến lúc đó, và dựa vào nhà Lương để chống sự bành trướng của nhà Nam Hán. Năm 923, nhà Hậu Lương sụp đổ. Vài năm sau Vương Thẩm Trí chết, đất nước bị tan rã vì nội chiến khiến Khúc Thừa Mỹ không còn thế lực liên kết. Nhân cơ hội đó năm 930, vua Nam Hán đem quân tiến đánh và bắt được Khúc Thừa Mỹ. Nhà Nam Hán sai Lý Tiến sang làm Thứ Sử cùng với Lý Khắc Chính giữ Giao Châu.

DƯƠNG DIÊN NGHỆ VÀ KIỀU CÔNG TIẾN

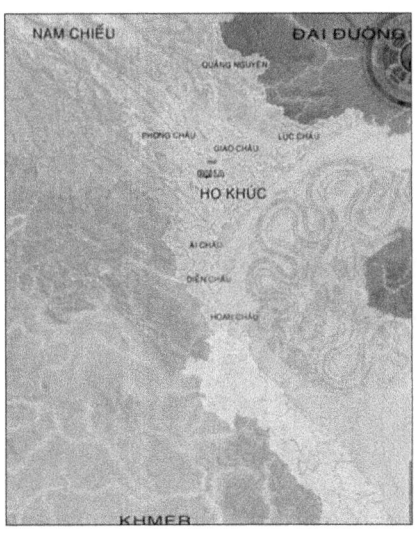

Giao Châu thời Khúc Thừa Dụ

Năm 931, tướng của Khúc Hạo ngày trước là Dương Diên Nghệ vùng Ái Châu dấy binh, mộ quân đánh đuổi Lý Tiến và Lý Khắc Chính, tự xưng là Tiết Độ Sứ giành quyền cai quản nước ta. Ngô Quyền được Dương Diên Nghệ cử giữ Ái Châu (Thanh Hóa) và gả con gái cho.

Dương Diên Nghệ nắm giữ quyền bính được sáu năm thì bị nha tướng là Kiều Công Tiễn giết chết vào tháng 3 năm 937 nhằm chiếm đoạt binh quyền. Dương Diên Nghệ cai trị chỉ vỏn vẹn sáu năm, nhưng đóng một vai trò rất quan trọng trong xã hội nước ta thời đó về vấn đề quyền độc lập dân tộc.

NGÔ QUYỀN ĐẠI PHÁ QUÂN NAM HÁN

Nghe tin Dương Diên Nghệ bị giết chết, Ngô Quyền liền đem quân từ Ái Châu ra đánh Kiều Công Tiễn để báo thù cho chủ tướng và cũng là cha vợ. Ngô Quyền xuất thân ở Phong Châu (Phú Thọ) - vùng đất tổ của dân tộc Âu Lạc. Bị Ngô Quyền tiến đánh, Kiều Công Tiễn cầu cứu nhà Nam Hán. Hán chủ nhân cơ hội phái thái tử Hoằng Tháo (Lưu Hồng Thao) dẫn quân xuống giúp Kiều Công Tiễn nhưng thực chất là để xâm chiếm nước ta. Vì vậy, bản thân Hán chủ Lưu Yểm cũng dẫn quân đi tiếp ứng theo sau con trai.

Khi Hoằng Tháo tiến vào gần sông Bạch Đằng, thì Ngô Quyền đã giết chết Kiều Công Tiễn (938), làm chủ toàn bộ lãnh thổ nước ta và đang chuẩn bị binh lực chống nhà Nam Hán. Chiến lược của Hoằng Tháo là dùng thủy quân tiến vào sông Bạch Đằng rồi đi ngược lên vùng Tiên Du, nơi quân Nam Hán hi vọng có nhiều thành phần ủng hộ mình, sau đó sẽ đổ quân xuống băng qua sông Đuống tiến về thành Đại La.

Đoán biết được chiến lược này, Ngô Quyền đem quân chặn ngay cửa sông Bạch Đằng và bố trí nhiều cọc gỗ lớn cắm xuống lòng sông để bẫy giặc. Khi thủy triều lên cao, đầu cọc chìm dưới nước không trông thấy, khi thủy triều hạ xuống thì cọc mới nhô lên.

Cuộc chiến diễn ra vào mùa Thu năm 938, Ngô Quyền đợi lúc thủy triều lên thì cho thuyền nhỏ ra đánh khiêu khích, dẫn dụ thủy quân địch vào trận địa vượt qua bẫy cọc chông. Sau đó, khi thủy triều bắt đầu rút thì tập trung lực lượng đánh bật trở lại, đẩy thuyền địch mắc kẹt vào trận địa cọc chông khiến cho phần bị vỡ, phần không di chuyển được. Chiến thuyền quân Nam Hán bị đánh đắm rất nhiều, quân địch chết đuối quá nửa. Hoằng Tháo cũng bị giết chết. Chúa Nam Hán Lưu Yểm nhận tin bại trận phải rút quân về Phiên Ngung, không dám sang quấy nhiễu nữa.

Chiến thắng Bạch Đằng được xem là cột mốc quan trọng trong tiến trình tự chủ và độc lập của dân tộc. Với chiến thắng này, dân tộc Việt Nam đã chứng tỏ được năng lực tự chủ của mình sau hơn một ngàn năm bị đô hộ bởi nhiều triều đại phương Bắc. Thời kỳ Bắc thuộc lần thứ ba chính thức kết thúc.

Ngô Quyền trong giết được nghịch thần, ngoài đánh tan ngoại bang xâm lược, tấm lòng trung nghĩa lưu truyền thiên cổ và mở đường cho các triều đại Đinh, Lê, Lý, Trần nắm giữ quyền tự chủ đất nước ta từ đó.

NHÀ NGÔ VÀ THỜI KỲ TỰ CHỦ

Năm 939, Ngô Quyền xưng Vương, đóng đô ở Cổ Loa (Hà Nội), đặt quan chức, chế triều nghi, định phục sắc và chỉnh đốn chuyện triều chính, chí hướng dựng nghiệp lâu dài. Ngô Quyền lập Dương thị làm vương hậu. Tuy nhiên, Ngô Vương chỉ làm vua được sáu năm thì mất, thọ 47 tuổi.

Năm 945 Ngô Quyền mất, Dương Tam Kha là em trai của Dương hậu tiếm quyền cháu ruột Ngô Xương Ngập tự xưng là Bình vương. Ngô Xương Ngập sợ hãi phải chạy trốn sang Nam Sách (thuộc Hải Dương), Dương Tam Kha bắt em trai Ngô Xương Ngập là Ngô Xương Văn, nhận làm con nuôi làm bình phong cho việc nắm giữ binh quyền.

Năm 950, Dương Tam Kha sai Ngô Xương Văn cùng Dương Cát Lợi và Đỗ Cảnh Thạc đem quân đi dẹp loạn ở thôn Thái Bình (thuộc Sơn Tây). Ngô Xương Văn dẫn quân đi rồi lập mưu với hai tướng, quay lại bắt Dương Tam Kha. Nể tình cậu cháu, Ngô Xương Văn không giết Dương Tam Kha, chỉ giáng chức xuống làm Trương Dương Công. Sau đó, Ngô Xương Văn xưng là Nam Tấn Vương, cho đón anh là Ngô Xương Ngập về, cùng nhau cai quản việc nước. Ngô Xương Ngập xưng là Thiên Sách Vương. Thời kỳ hai vua này được các nhà sử học gọi là Hậu Ngô vương.

Được ít lâu, Ngô Xương Ngập mất (954), quyền hành hoàn toàn trong tay Ngô Xương Văn nhưng thế lực nhà Ngô ngày một sa sút, giặc giã nổi lên khắp nơi. Từ khi Dương Tam Kha tiếm quyền, các sứ quân nổi lên nhất quyết không quy phục, Ngô Xương Văn phải đích thân dẫn quân đánh dẹp mãi không yên rồi bị tên bắn chết ở thôn Thái Bình, làm vua được mười lăm năm (965).

Sau khi Nam Tấn Vương mất, con trai của Ngô Xương Ngập là Ngô Xương Xí lên nối nghiệp thế lực nhà Ngô càng lụn bại. Các sứ quân loạn nổi lên cát cứ mỗi kẻ một vùng. Ngô Xương Xí cũng rút về nắm giữ đất Bình Kiều, nước ta rơi vào cảnh nội loạn kéo dài đến hơn 20 năm với 12 sứ quân. Sau đây là tên và vùng cát cứ của 12 sứ quân:

1. Ngô Xương Xí giữ Bình Kiều (nay là làng Bình Kiều, Hưng Yên).
2. Đỗ Cảnh Thạc giữ Đỗ Động Giang (thuộc huyện Thanh Oai, Hà Nội).
3. Trần Lãm, xưng là Trần Minh Công giữ Bố Hải Khẩu (tỉnh Thái Bình).
4. Kiều Công Hãn, xưng là Kiều Tam Chế giữ Phong Châu (huyện Bạch Hạc, tỉnh Phú Thọ).
5. Nguyễn Khoan, xưng là Nguyễn Thái Bình giữ Tam Đái (huyện Yên Lạc, tỉnh Vĩnh Phúc).
6. Ngô Nhật Khánh, xưng là Ngô Lãm Công giữ Đường Lâm (Sơn Tây, Hà Nội).
7. Lý Khuê, xưng là Lý Lăng Công giữ Siêu Loại (huyện Thuận Thành, tỉnh Bắc Ninh).
8. Nguyễn Thủ Tiệp, xưng là Nguyễn Lịnh Công giữ Tiên Du (Bắc Ninh).
9. Lữ Đường, xưng là Lữ Tá Công giữ Tế Giang (Văn Giang,

Hưng Yên).

10. Nguyễn Siêu, xưng là Nguyễn Hữu Công giữ Tây Phù Liệt (Thanh Trì, Hà Đông).
11. Kiều Thuận, xưng là Kiều Lịnh Công giữ Hồi Hồ (Cẩm Khê, Phú Thọ).
12. Phạm Bạch Hổ, xưng là Phạm Phòng Át giữ Đằng Châu (Hưng Yên).

Suốt 20 năm ròng các sứ quân liên tục đánh chiếm lẫn nhau làm cho người dân đói khổ triền miên. Loạn 12 sứ quân chỉ chấm dứt khi Đinh Bộ Lĩnh ở Hoa Lư dẹp tan, thu gom giang sơn về một mối lập nên triều nhà Đinh.

NHỮNG NĂM ĐẦU GIÀNH LẠI QUYỀN TỰ CHỦ CỦA NƯỚC ÂU LẠC. CÁC TRIỀU ĐẠI NGÔ, ĐINH VÀ TIỀN LÊ

Kể từ khi Ngô Quyền chiến thắng quân Nam Hán, đem lại nền tự chủ cho đất Việt Nam, đã có 3 triều đại ngắn trị vì trong khoảng thời gian 70 năm, đó là các nhà Ngô, nhà Đinh và nhà Tiền Lê. Tuy thời gian tại vị ngắn ngủi nhưng mỗi triều đại đã có những đóng góp quan trọng cho nền tự chủ của dân tộc.

NHÀ NGÔ (939 - 965)

Có hai giai đoạn

Tiền Ngô Vương (939 - 945)

Năm 939 Ngô Quyền xưng Vương đóng đô ở Cổ Loa, kinh đô cũ của An Dương Vương, dấu ấn của thời kỳ độc lập của dân tộc Lạc Việt. Nhà Vua đã xây dựng một triều đình độc lập với Bắc phương nhưng rập khuôn theo hình thức phương Bắc, từ các lễ nghi tôn giáo cho đến các chức vụ và phẩm phục của triều đình nhà Hán. Sau 6 năm cầm quyền, Ngô Quyền mất, truyền ngôi cho con là Ngô Xương Ngập. Ngô Xương Ngập bị cậu ruột cướp ngôi chấm dứt giai đoạn Tiền Ngô.

Hậu Ngô Vương (950 - 965)

Năm 950, Ngô Xương Văn là em trai Ngô Xương Ngập đã dành lại ngôi từ tay cậu ruột. Ngô Xương Văn cho người đón anh về cùng trị vì thiên hạ. Thời gian hai anh em Xương Ngập và Xương Văn cùng trị vì sách sử gọi là Hậu Ngô.
Dưới thời Hậu Ngô giặc giã nổi lên khắp nơi, đất nước lâm vào cảnh đại loạn, giao tranh giữa 12 Sứ quân.

Thập nhị sứ quân

Nguyên nhân của sự kiện lịch sử đau thương này là do có sự tranh giành ngôi báu giữa Dương Tam Kha và các cháu ruột họ Ngô của mình. Thời kỳ loạn lạc đó kéo dài trên 20 năm khoảng từ 944 đến 968.

NHÀ ĐINH (968 - 980)

Đinh Tiên Hoàng (968 - 979)

Đinh Bộ Lĩnh người ở Hoa Lư, con ông Đinh Công Trứ làm Thứ Sử Hoan Châu thời Dương Diên Nghệ và Ngô Vương Quyền. Sau khi cha mất, Đinh Bộ Lĩnh theo mẹ về quê sống, nên tuy con quan nhưng tuổi thơ chơi với trẻ chăn trâu, lấy bông lau làm cờ, bày đánh trận. Thiếu niên họ Đinh được bọn trẻ tôn xưng làm anh. Thời loạn 12 sứ quân, Đinh Bộ Lĩnh cùng con trai là Đinh Liễn kết thân với sứ quân Trần Minh Công ở Bố Hải Khẩu. Khi Trần Minh Công mất, Đinh Bộ Lĩnh lên thay và đem quân về Hoa Lư, chiêu mộ anh hùng hào kiệt, trấn giữ một phương.

Năm 951 đời Hậu Ngô Vương, Ngô Xương Ngập và Ngô Xương Văn đã đem quân vào đánh mà không được. Đến khi nhà Ngô mất rồi, Đinh Bộ Lĩnh được sứ quân Phạm Bạch Hổ hàng phục, phá được sứ quân Đỗ Cảnh Thạc. Thế từ đó mạnh lên đánh đâu thắng đấy, dân chúng tôn là Vạn Thắng Vương.

Năm 968 Vạn Thắng Vương lên ngôi Hoàng Đế, xưng Tiên Hoàng Đế, đặt quốc hiệu là Đại Cồ Việt, đóng đô ở Hoa Lư. Vua Đinh Tiên Hoàng phong Nguyễn Bậc làm Định quốc công, Lê Hoàn làm Thập đạo tướng quân và phong con Đinh Liễn là Nam Việt Vương.

Năm 970 vua Đinh Tiên Hoàng đặt năm ngôi hoàng hậu. Trong năm hoàng hậu, một vị họ Dương gốc Thanh Hóa là nơi khởi nghiệp của Tiên Hoàng, một vị khác họ Ngô thuộc gia tộc của Ngô Vương Quyền (là mẹ của sứ quân Ngô Nhật Khánh), ba vị còn lại đều thuộc các dòng họ cự phách tại nước Việt lúc bấy giờ.

Phật giáo dưới triều đại nhà Đinh

Phật giáo đóng vai trò quan trọng dưới triều đại của Đinh Tiên Hoàng. Sau Phật giáo là đạo Lão rồi mới đến đạo Nho. Vua Đinh phong cho Ngô Chân Lưu, một vị sư dòng dõi Ngô Vương làm Tăng Thống và ban quốc hiệu Khuông Việt Đại Sư. Ngô Chân Lưu được tham dự triều chính như một vị Tể Tướng.

Giao thiệp với nhà Tống bên Tàu

Năm 970 vua Thái tổ nhà Tống là Triệu Khuôn Dẫn sai tướng là Phan Mỹ đem quân xâm chiếm Nam Hán tiếp giáp với nước ta. Đinh Tiên Hoàng nhìn thấy nguy cơ cận kề nên một mặt chủ trương hòa hiếu, mặt khác lo tổ chức một quân đội hùng mạnh để sẵn sàng ứng chiến. Vua Tiên Hoàng chia lãnh thổ Đại Cồ Việt thành 10 đạo, mỗi đạo có một lực lượng dân quân khoảng 100.000 người.

Năm 973 thấy nhà Tống bình định được Nam Hán, Tiên Hoàng bèn cử sứ sang Bắc triều xin giao kết nhằm giữ thế. Vua nhà Tống phong cho Đinh Liễn (con trai Đinh Tiên Hoàng) làm Kiểm Hiệu Thái Sư Tĩnh Hải quận Tiết Độ Sứ An Nam, Đinh Tiên Hoàng được phong làm Giao Chỉ Quận Vương. Đây là một sự nhượng bộ của Tống triều, vì nhà Tống lúc đó chưa sẵn sàng xâm chiếm nước ta, trong khi vua Đinh biết thế mình nên đã có bước ngoại giao hợp thời tránh xung đột.

Nhà Đinh suy vong

Năm 979 vua Đinh Tiên Hoàng và Nam Việt Vương Đinh Liễn bị quân hầu Đỗ Thích ám sát. Triều đình hành tội Đỗ Thích và tôn Vệ vương Đinh Toàn lên làm vua. Đinh Toàn mới 6 tuổi, nên Hoàng thái hậu Dương Vân Nga nhiếp chính việc triều đình. Trải qua những cuộc binh biến trong nội triều và sự can thiệp của quân Chiêm Thành, Lê Hoàn Thập Đạo Tướng Quân từ thời Đinh Tiên Hoàng vẫn giữ được quyền lực lớn nhất, có ảnh hưởng nhiều trong triều chính.

Tháng 7 năm 980, nhà Tống phương Bắc rục rịch mang quân đánh Việt Nam. Trong tình thế đó Thái hậu Dương Vân Nga đã cởi long bào trao ngôi báu nhà Đinh cho Lê Hoàn. Ngôi vị nhà Đinh chấm dứt.

NHÀ TIỀN LÊ (980 - 1009)

Lê Hoàn lên ngôi, xưng là Đại Hành Hoàng Đế, đó là năm 980. Triều đại của Lê Đại Hành được sử nước ta gọi là nhà Tiền Lê để phân biệt với một triều đại họ Lê thứ nhì của Lê Lợi, vị vua trị vì năm thế kỷ sau đó.

Lê Đại Hành chống quân nhà Tống

Tháng 8 năm 980, vua Tống sai sứ mang chiếu thư sang dụ Lê Đại Hành đầu hàng, lời lẽ ban phát: *"Giao Châu của ngươi ở xa cuối trời, thực là ngoài năm cõi. Nhưng phần thừa của tứ chi, ví như ngón chân ngón tay, tuy một ngón bị đau, bậc thánh nhân lại không nghĩ đến hay sao? Cho nên phải mở lòng u tối của ngươi để thanh giáo của ta trùm tỏa, người có theo chăng?"*

Tiếp theo đoạn phủ dụ đầu hàng này là lời đe dọa sẽ *"làm cỏ nước Nam"* nếu vua Nam không chịu theo giáo hóa của Bắc triều.

Lê Đại Hành hồi đáp với lời lẽ nhún nhường, nhân danh Đinh Toàn xin được nối ngôi Cha, nhưng phía nhà Tống lờ đi và đem quân tiến đánh.

Quân Tống do Tôn Toàn Hưng cầm đầu tiến vào nước Nam theo 2 ngả thủy bộ. Trên bộ, tiền quân do Hầu Nhân Bảo chỉ huy đã tiến sâu vào nội địa dọn đường cho đại quân chủ lực đi sau đợi thủy binh. Thủy binh do Lưu Trừng chỉ huy, ngược sông Bạch Đằng tiến vào nước Nam. Tại đây Lê Đại Hành sai quân đóng cọc dưới lòng sông, chặn không cho vào nên Lưu Trừng phải rút lui. Nhóm quân Hầu Nhân Bảo bị cô lập, đợi lâu không nhận được tiếp viện nên phải rút về phía Lạng Sơn, dọc đường bị quân của Lê Đại Hành phục kích giết chết nhiều.

Giữa mùa hè, quân Tống phần bị cảm mạo, lại bị quân Lê Đại Hành tấn công dữ dội khiến tan vỡ phải bỏ chạy về nước. Tướng nhà Tống là Trọng Tuyên vội cấp báo với triều đình xin rút quân về, một mặt chia quân phòng thủ các châu quận bên Tàu để đề phòng quân Nam tiến qua. Vua Tống cực chẳng đã, phải chấp thuận lời tâu của Trọng Tuyên, đổ lỗi thất trận cho các tướng cầm quân. Tôn Toàn Hưng bị gọi về triều, hạ ngục rồi bị giết chết. Lưu Trừng sợ quá ốm chết.

Quân ta tuy thắng trận nhưng Lê Đại Hành vẫn nhún nhường sai sứ sang cầu hoà, triều cống. Vua nhà Tống đành thuận phong cho vua Đại Hành là Tiết Độ Sứ, năm 993 phong làm Giao Chỉ Quận Vương rồi tới năm 997 phong làm Nam Bình Vương. Sau trận giao tranh năm 981, nhà Tiền Lê và nhà Tống phương Bắc luôn giữ được mối giao hảo hòa hiếu. Ngay cả sau khi vua Lê Đại Hành mất mối giao hảo này vẫn được duy trì.

Vua Lê Đại Hành đánh Chiêm Thành, dẹp loạn và sửa sang đất nước.

Từ năm 972, trị vì nước Chiêm Thành là vua Parvaravarman (Bô Mi Thuế). Đây là thời kỳ Chiêm Thành thường xuyên đánh phá nước Việt tại phía nam. Năm 979 vua Chiêm đã cùng Ngô

Nhật Khánh đem chiến thuyền tấn công Hoa Lư song gặp bão lớn nên thất bại. Sau khi lên ngôi, vua Đại Hành đã cử hai sứ giả sang thông hiếu nhưng cả hai đều bị vua Chiêm bắt giữ.

Trước tình thế đó, sau khi phá tan cuộc xâm lăng của nhà Tống tại phương bắc, năm 982 Lê Đại Hành đã mang quân chinh phạt Chiêm Thành. Quân Chiêm đại bại, vua Chiêm Thành bị chết tại trận. Quân Lê tiến vào kinh đô Chiêm Thành tịch thu của cải, phá bỏ thành trì rồi rút về. Nước Chiêm Thành sau đó phải dời đô về sâu phía Nam. Đây là cuộc chiến tranh đầu tiên với Chiêm Thành của các triều đại độc lập Việt Nam.

Sau khi đánh bại cuộc xâm lăng từ phương Bắc và bình định được đối thủ tại phương Nam, vua Lê Đại Hành tổ chức lại triều chính vẫn rập theo khuôn mẫu của đời Đường bên Tàu. Lê Đại Hành cũng lập nhiều hoàng hậu thuộc các cự tộc trong nước giống như Đinh Tiên Hoàng trước đó. Điều đáng lưu ý là vua Lê đã dùng một vị thái sư người Tàu là Hồng Hiến và tiếp tục trong dụng các vị sư Phật giáo trong guồng máy triều đình như dưới triều đại nhà Đinh. Thiền sư Ngô Chân Lưu, là người từng được vua Đinh Tiên Hoàng trước đây tín cẩn nay tiếp tục được vua Lê trọng dụng. Ngoài ra một vị sư danh tiếng khác là Sư Vạn Hạnh cũng được nhà vua thỉnh ý trong các quyết định quan trọng như phá Tống, bình Chiêm.

Thời vua Lê Đại Hành, mặc dầu đạt được nhiều chiến công chống ngoại xâm nhưng tình hình trong nước không yên, có nhiều cuộc nội loạn khiến nhà vua phải thân chinh đi đánh dẹp. Vua cũng giao cho các hoàng tử binh quyền để trấn giữ các nơi hiểm yếu, nhưng chính điều này đã tạo nên tình trạng các hoàng tử có sẵn quân trong tay đã đánh giết lẫn nhau để giành ngôi khi nhà vua băng vào năm 1005.

    Cuộc huynh đệ tương tàn kéo dài một năm, kết thúc khi Lê Long Đĩnh đoạt được quyền lực. Trong số bốn hoàng tử của vua Lê Đại Hành, Lê Long Đĩnh nổi tiếng là một người tàn ác. Sau khi đoạt được ngôi báu, Long Đĩnh hành động bạo ngược lấy việc giết người làm thú vui, say đắm sắc dục, biến việc triều chính thành trò tiêu khiển. Nhà vua dần mắc bệnh trĩ, phải nằm mà coi chầu, nên người ta còn gọi là Lê Ngọa Triều. Lê Long Đĩnh chỉ làm vua được 4 năm thì chết khi mới 24 tuổi.

Nhà Tiền Lê trị vì tổng cộng được 29 năm và chấm dứt sự nghiệp chính trị trong sự tự lụn bại.

NHÀ LÝ VÀ CÔNG CUỘC BÌNH CHIÊM, PHÁ TỐNG

Cuối năm 1009, vua Lê Long Đĩnh chết, con còn nhỏ. Lúc bấy giờ, triều thần cũng như dân chúng và tăng đạo đều chán ghét Lê Long Đĩnh do thói càn ngông, ăn chơi sa đoạ. Vì vậy, sư Vạn Hạnh và các tướng lãnh trong triều, đứng đầu là Đào Cam Mộc bèn tôn Điện Tiền Chỉ Huy Sứ Lý Công Uẩn lên làm vua. Lý Công Uẩn lên ngôi lấy hiệu là Thuận Thiên sau được tôn miếu hiệu Lý Thái Tổ, mở đầu cho triều nhà Lý.

LÝ CÔNG UẨN VÀ VIỆC ĐỊNH ĐÔ THĂNG LONG

Lý Công Uẩn lên ngôi, lập sáu hoàng hậu, lập con trưởng Phật Mã làm thái tử, các con khác đều phong tước hầu. 13 người con gái đều phong công chúa. Ông gả con gái trưởng là An Quốc công chúa cho Đào Cam Mộc và phong cho Đào Cam Mộc làm Nghĩa Tín hầu. Đặc biệt triều Lý là triều đầu tiên mang tục đặt tên thuỵ cho vua như Thái Tổ, Thái Tông... sau khi vua băng hà dựa theo các hành động và đức độ của nhà vua lúc sinh thời. Đó là một tập tục phổ biến bên Tàu nhưng chưa được áp dụng tại đất Đại Việt dưới thời Đinh và Lê.

Lý Công Uẩn lên ngôi Hoàng Đế năm 1010. Một trong những điều đầu tiên nhà vua làm là dời đô từ Hoa Lư ra Đại La. Theo truyền thuyết khi thuyền của nhà vua tạm đỗ dưới thành, có một con rồng vàng hiện lên che phủ lấy thuyền. Nhân thế bèn đổi tên thành Đại La thành Thăng Long. Việc dời đô từ Hoa Lư (vùng Trường Yên, Ninh Bình) bấy giờ về Thăng Long đánh dấu một bước ngoặt lớn trong lịch sử đất nước.

Hoa Lư là một địa điểm có rừng, núi, sông hiểm trở bao quanh, tốt để tổ chức phòng ngự khi đất nước có binh biến, nhưng không phải là nơi thích hợp cho việc định đô lâu dài trong thời bình.

Lý Công Uẩn dời đô về Thăng Long với tầm nhìn xa trông rộng về một kinh đô hiện đại của một quốc gia đủ sức đương đầu với các nước khác. Cái nhìn đó phù hợp với quá trình vận động phát triển của dân tộc Đại Việt sau ba lần Bắc thuộc đã dành được độc lập với các triều đại Ngô, Đinh và Lê trước đó.

ĐỊNH HÌNH CHẾ ĐỘ PHONG KIẾN Ở VIỆT NAM

Tổ chức chính quyền, quân đội thời Lý

Thời Tiền Lê, các con của vua đều được phong vương và chia ra trấn giữ các miền trong nước. Lý Thái Tổ cũng theo gương Lê Đại Hành phong tất cả các con tước vương trấn giữ thái ấp những nơi hiểm yếu. Bên cạnh đó các đại thần cũng được phong thái ấp, có gia nô và quân lính riêng. Như thế việc vua Lý Thái Tổ lập các thái ấp riêng biệt khắp nước đã biến nó trở thành như những tiểu quốc bên trong một đại quốc. Các vị vương hoặc đại thần này trở thành những lãnh chúa có quyền lực. Tuy nhiên, các lãnh chúa Việt Nam lệ thuộc nhiều vào vua chứ không rộng quyền như các lãnh chúa châu Âu, hoặc Nhật Bản bởi vì đất đai của các thái ấp chỉ chiếm một phần nhỏ tổng số đất đai toàn quốc. Phần lớn các làng xã ngoài thái ấp nộp thuế trực tiếp cho triều đình.

Về tổ chức triều đình, quan chế đời Lý đại lược là, phẩm trật các quan đều có 9 bậc. Trong triều, đứng đầu văn võ có Tể Tướng và Á Tướng. Tể Tướng giữ chức Phụ Quốc Thái Phó với danh hiệu "Bình Chương Quân Quốc Trọng Sự". Các Á Tướng thì giữ chức Tả Hữu Tham Tri Chính Sự. Dưới Tể Tướng và Á Tướng là các Hành Khiển. Các Tể Tướng, Á Tướng và Hành khiển nằm trong cơ quan gọi là Mật Viện. Dưới bộ phận trung khu (mật viện) là 6 Bộ, các Sảnh, các Viện.

Năm 1010, Lý Thái Tổ chia các khu vực hành chính, đổi mười đạo thời Đinh - Lê thành các lộ và phủ. Đến đầu đời Lý Nhân Tông, trên địa bàn cả nước có 24 phủ-lộ. Dưới phủ là huyện và dưới huyện là hương, giáp, thôn. Về cơ bản, quan chế đời nhà Lý khá giống với nhà Tống bên Tàu. Đây là công cuộc tổ chức hành chính quy mô lớn, xây dựng bộ máy chính trị-hành chính cai trị cả nước.

Quân đội thời Lý có quân triều đình, thường gọi là cấm quân và quân các địa phương gọi là lộ quân hoặc sương quân (quân ở phủ, châu). Ngoài ra còn có lực lượng dân binh gồm hương binh ở vùng đồng bằng và thổ binh ở miền núi. Lực lượng dân chúng vũ trang này được động viên trong thời chiến.

Chính sách của nhà Lý với các sắc tộc thiểu số và cuộc nổi loạn của Nùng Trí Cao

Triều Lý tuy rằng đã củng cố được chính quyền trung ương vững mạnh hơn các triều Đinh và Lê, nhưng tại những nơi xa xôi, nhất là ở những vùng miền núi, thế lực của chính quyền trung ương vẫn còn yếu. Chính quyền thực sự tại các vùng này nằm trong tay các tầng lớp thế tộc địa phương như các tù trưởng ở các sách, các động. Quan hệ của những thế tộc này với triều đình ở miền xuôi khá lỏng lẻo. Trên thực tế các vùng này vẫn tự trị. Các châu mục chỉ có nhiệm vụ cống nạp lâm thổ sản hoặc khoáng sản của vùng họ cho chính quyền trung ương mà thôi.

Tại nhiều nơi thuộc vùng biên giới với nước Tàu, tùy theo tình hình, các thế tộc này lúc thì thần phục triều Tống, lúc lại theo nhà Lý. Chính vì vậy mà các vua nhà Lý đặc biệt quan tâm đến việc tạo ra quyền lực cai trị ở vùng này. Các phương pháp được triều Lý sử dụng bao gồm vừa mua chuộc tầng lớp thế tộc miền núi qua các quan hệ về hôn nhân, vừa dùng vũ lực để trấn áp những thành phần nào không chịu thần phục. Ngay từ khi mới lên ngôi, Lý Thái Tổ đã gả con gái cho cho tù trưởng động Giáp ở Lạng Châu là Giáp Thừa Quý, Thừa Quý đổi họ sang họ Thân và được phong làm châu mục Lạng Sơn. Dòng họ Thân làm châu mục Lạng Sơn liên tục được kết thông gia với các vua nhà Lý vì tầm quan trọng của vùng yếu địa cửa ngõ đất nước. Ngoài họ Thân tại Lạng Sơn, các vua triều Lý còn gả con gái cho nhiều tù trưởng khác nữa.

Chính sách hôn nhân đã ràng buộc được một số tù trưởng quan trọng đi theo triều đình. Nhưng nó đã không ràng buộc được tất cả các sắc tộc thiểu số vào với triều Lý và nhiều cuộc nổi dậy đã xảy ra buộc nhà Lý phải dùng vũ lực đàn áp. Trong các cuộc nổi dậy này, có cuộc nổi dậy của Nùng Trí Cao là to lớn nhất và có tầm quan trọng vì ảnh hưởng đến cả hai nước, Tống và Đại Việt.

Họ Nùng vốn là giòng họ đầu mục có thế lực từ nhiều thế kỷ tại châu Quảng Nguyên. Vùng Quảng Nguyên thuộc địa phận tỉnh Cao Bằng bây giờ là vùng đất nổi tiếng nhiều khoáng sản, nhất là vàng. Triều Lý và triều Tống đều rất quan tâm tới vùng này. Đầu thời Lý, vùng này nằm trong tầm kiểm soát của Đại Việt. Lúc bấy giờ, Nùng Tồn Phúc làm thủ lĩnh châu Thảng Do nổi loạn bị Lý Thái Tông dẹp tan. Nhà Lý cho Nùng Trí Cao là con của Nùng Tồn Phúc làm quan với chức châu mục châu Quảng Nguyên.

Năm 1048, Nùng Trí Cao tụ tập lực lượng nổi dậy. Vua Lý sai thái úy Quách Thịnh Dật lên đánh nhưng không thắng nổi. Trí Cao đem quân chiếm châu An Đức (thuộc huyện Tĩnh Tây, tỉnh Quảng Tây hiện nay) làm căn cứ địa, đặt quốc hiệu là Nam Thiên, lấy niên hiệu là Cảnh Thụy, mở cuộc chiến tranh lấn sang cương vực nhà Tống. Binh lực Tống bấy giờ yếu ớt, quân tinh nhuệ đều ở phía bắc đối phó với Bắc Liêu và Tây Hạ, cho nên quân Tống bị Trí Cao đánh thua một cách dễ dàng. Trí Cao đã tấn công vào sâu đất Tống, đến dưới thành Quảng Châu, xong không hạ nổi thành phải trở lại Quảng Tây.

Năm 1053, vua Tống cử Địch Thanh làm tuyên phủ sứ đi đánh Trí Cao. Gặp phải tướng giỏi và quân tinh nhuệ của nhà Tống, Trí Cao liên tục thua trận, sau cùng bị người Đại Lý giết và cuộc khởi loạn đã bị nhà Tống dẹp tan. Trong cuộc chiến của Nùng Trí Cao với nhà Tống, nhà Lý lựa chọn cách đối xử tùy theo tình hình, tình thế các bên. Nhà Lý có lúc ngả sang ủng hộ nhà Tống, lúc lại ngả sang ủng hộ Nùng Trí Cao.

Cuộc nổi loạn của Nùng Trí Cao khiến cho tình hình tại biên giới Việt-Tống thời bấy giờ vô cùng phức tạp. Tuy nhiên, đối với nhà Lý, kẻ thù nguy hiểm nhất vẫn là triều Tống. Vì vậy nhà Lý rất chú trọng đến vùng biên giới giữa Đại Việt và Tống triều. Dưới thời nhà Lý, một đường biên giới xác định giữa hai nước đã dần dần được hình thành. Đường biên giới này về căn bản đã không thay đổi trong suốt một nghìn năm sau đó.

CÔNG CUỘC BÌNH CHIÊM PHÁ TỐNG

Công cuộc bình Chiêm

Chiêm Thành ngay từ thời nước ta còn bị Bắc thuộc vẫn thường đem quân xâm lấn đất đai và cướp bóc dân chúng.

Năm 1020, Lý Thái Tổ đã sai con là Khai Thiên Vương và tướng Đào Thục Phụ đánh vào Bố Chánh. Năm 1044, Lý Thái Tông (vị vua thứ nhì triều Lý) đem quân tiến vào kinh đô Chiêm Thành, giết vua Chiêm thành là Sạ Đẩu, tàn sát và bắt vô số tù nhân. Bị thất bại nặng nề, Chiêm Thành bề ngoài thần phục, cống nạp nhà Lý, nhưng bên trong rất muốn báo thù. Vào những năm 50 thế kỷ 11, vua Chiêm Thành là Chế Củ thường khiêu khích Đại Việt và âm thầm chuẩn bị quân lực để chờ thời cơ đánh Đại Việt.

Năm 1065, được nhà Tống ủng hộ, Chế Củ cắt đứt hẳn quan hệ với Đại Việt, thường xuyên đem quân quấy nhiễu vùng biên giới. Trước tình hình đó, Lý Thánh Tông (vị vua thứ ba triều Lý) quyết đem quân đi đánh Chiêm Thành. Ngày 24 tháng 2 năm 1069 Lý Thánh Tông hạ chiếu thân chinh đi đánh phạt Chiêm Thành. Lý Thường Kiệt được phong làm đại tướng quân kiêm chức nguyên soái, dẫn năm vạn quân tiên phong. Quân Chiêm Thành ban đầu còn chống đỡ được một thời gian, sau thua chạy tan tác. Chế Củ bị bắt cùng với năm vạn quân đầu hàng. Chế Củ xin tha mạng sống với lời cam kết cắt ba châu Bố Chánh, Địa Lý, Ma Linh (Quảng Bình và bắc Quảng Trị) cho nhà Lý cai quản.

Cuộc kháng chiến chống quân Tống xâm lược

Năm 981, Lê Đại Hành đã đánh tan hai đạo quân xâm lược của nhà Tống, bảo vệ vững chắc nền độc lập của Đại Cồ Việt, buộc nhà Tống phải tạm giữ hòa khí trong một thời gian dài, nhưng trong thâm tâm các vua Tống vẫn chưa từ bỏ ý đồ thôn tính nước ta.

Bước qua thời nhà Lý, triều Tống phương Bắc ráo riết chuẩn bị chu đáo cho một cuộc chiến xuống phía nam với ý định mở mang bờ cõi đồng thời phô trương thanh thế với các nước phía bắc đang quấy nhiễu mình. Vương triều Lý đoán định được điều đó nên cũng ra sức chuẩn bị phòng chiến.

Năm 1075, triều đình Lý quyết định tấn công để phá tan âm mưu và thăm dò tiềm lực quân sự của nhà Tống. Lý Thường Kiệt nói: *"ngồi im đợi giặc không bằng đem quân ra trước để chặn thế mạnh của giặc"*. Ông tổ chức một cuộc tập kích chiến lược vào các cơ sở quân sự và hậu cần của nhà Tống tại Ung Châu. Ngày 30 tháng 12 năm 1075, quân nhà Lý tiến đánh Khâm Châu, ngày 2 tháng 1 năm 1076, quân ta đánh Liêm Châu dễ dàng. Quân Tống không cản nổi bước tiến của quân nhà Lý. Để tạo thuận lợi cho cuộc tấn công, sáng tỏ mục đích của cuộc tập kích, Lý Thường Kiệt đã cho niêm yết cáo thị "phạt Tống lộ bố văn", nói lý do tại sao mang quân sang đánh, trong các nguyên nhân được đưa ra, có nêu lý do là để trừng trị những đám dân chúng chống lại Đại Việt lẩn trốn trên đất Tống. Ngày 18 tháng Một, các cánh quân thủy bộ của Đại Việt đã kéo đến thành Ung Châu. Thành Ung Châu được tướng Tô Giám lão luyện, nhiều mưu kế giữ thành. Nhưng chênh lệch quân số quá lớn, lại bị giam hãm nhiều ngày, dù gây nhiều tổn thất cho quân Lý nên cuối cùng thành Ung Châu vẫn bị hạ sau 42 ngày đêm. Cuộc tập kích đã giành thắng lợi, phá hủy được căn cứ quân sự, hậu cần của quân Tống.

Căm giận vì thua, nhà Tống huy động 10 vạn quân bộ binh, một vạn kỵ binh chia ba đường đánh sang Đại Việt. Hai toán quân đánh vào châu Quảng Nguyên (Cao Bằng) và châu Vĩnh An (Móng Cái). Toán quân chính dự định đánh vào Lạng Châu, đi dọc theo sông Thương tiến đến sông Cầu rồi vượt sông Lô tiến vào Thăng Long. Ngoài ra nhà Tống còn chuẩn bị thủy quân nhằm phối hợp với bộ binh và dùng để chở quân bộ vượt qua các con sông của Đại Việt.

Lý Thường Kiệt cho chuẩn bị ba phòng tuyến nhằm ngăn quân xâm lược. Phòng tuyến đầu là ải Quyết Lý ở phía bắc châu Quang Lang. Phòng tuyến thứ hai là ải Giáp Khẩu (Chi Lăng) phía nam châu Quang Lang. Hai phòng tuyến này đều được đặt trên một con đường hầu như độc đạo từ Nam Ninh tới Thăng Long (qua ải Nam Quan hiện nay). Phòng tuyến thứ ba, quan trọng cuối cùng là phòng tuyến nam ngạn sông Như Nguyệt (sông Cầu hiện nay), qua được con sông này đến phủ Thiên Đức là tới kinh đô Thăng Long. Tướng Lý Kế Nguyên được giao nhiệm vụ chỉ huy phòng tuyến quan trọng này.

Mùa thu năm 1076, quân Tống bắt đầu xâm lược nước ta. Vào giữa tháng 8 năm 1076, chúng đánh chiếm được trại Ngọc Sơn ở biên giới châu Vĩnh An (Móng Cái) sau đó tiến vào Đông Kinh định đi tiếp vào Bạch Đằng. Lý Kế Nguyên lập tức cho quân ra chặn đánh tan thủy quân Tống. Đây là chiến thắng có ý nghĩa chiến lược vì cắt đứt sự phối hợp quân thủy, bộ của quân Tống. Các cánh quân bộ của Tống, dù gặp phải sự chống trả mạnh mẽ của quân Đại Việt, vẫn vượt qua được hai phòng tuyến Quyết Lý và Giáp Khẩu của quân nhà Lý. Ngày 18 tháng Một năm 1077, đại quân của Quách Quỳ đã tiến đến bờ bắc đoạn sông Như Nguyệt, từ đó với đường cái lớn hướng về Thăng Long.

Đại quân Tống giao tranh dữ dội với tuyến phòng thủ của tướng Lý Thường Kiệt, nhưng không sao vượt sang bờ nam của sông Như Nguyệt được. Gần hai tháng trôi qua, quân Tống đã bị tiêu hao nhiều về lực lượng, lương thảo cũng không còn, tinh thần binh sĩ hoang mang, nao núng.

Trước tình trạng hai bên cầm cự nhau không phân thắng bại như vậy, Lý Thường Kiệt liền chủ động đưa đề nghị giảng hòa. Đó là chủ trương kết thúc chiến tranh mềm dẻo của Lý Thường Kiệt: *"dùng biện sĩ bàn hòa, không nhọc tướng tá, khỏi tốn xương máu mà bảo toàn được tôn miếu".* Quân Tống chấp thuận rút quân về nước vào đầu tháng Ba năm 1077. Đây là cuộc xâm lăng lần chót của nhà Tống với nước Đại Việt và được đánh dấu bằng một thất bại nặng nề. Từ đó về sau, cho đến khi nhà Tống bị quân Mông Cổ tiêu diệt, quan hệ hai nước luôn giữ được trong tình trạng hoà bình.

VIỆT NAM DƯỚI TRIỀU NHÀ LÝ

Nhà Lý là triều đại có nhiều cải cách trong chính sách cai trị. Điều này đã làm nên sự thay đổi lớn tới xã hội Việt Nam thời đó. Nổi bật nhất là triết lý Nho giáo được đề cao, Khổng Tử và các môn đệ của ông được tôn sùng.

SỰ PHÁT TRIỂN CỦA NHO HỌC

Trong thời kỳ Bắc thuộc lần thứ nhất, tầng lớp cai trị gồm các quan do nhà Hán cử sang và những Lạc dân được theo Hán học, việc truyền bá tư tưởng Nho giáo có mục đích gắn bó thuộc quốc với Bắc triều và duy trì ổn định xã hội. Tuy nhiên, cuộc nổi dậy của Hai Bà Trưng cho thấy ảnh hưởng của Nho giáo trong quần chúng còn rất giới hạn. Trong các thời kỳ Bắc thuộc sau đó, Nho giáo được sử dụng trở lại như phương tiện tạo sự thần phục Bắc triều. Qua tới các triều đại tự chủ của nhà Đinh, nhà Tiền Lê và nhất là dưới thời nhà Lý, ý thức tự chủ đã trở nên mạnh mẽ, triết lý Nho giáo không còn là phương tiện duy trì sự thần phục Bắc triều nữa, mà đã trở thành một phần văn hoá Đại Việt giúp duy trì ổn định xã hội nội tại mà thôi.

Năm 1070, Lý Thánh Tông (vị vua thứ ba triều Lý), đổi quốc hiệu là Đại Việt, cho lập Văn Miếu, đắp tượng Khổng Tử và các môn đệ thờ tại ngoại ô Thăng Long. Nhà Vua còn lập trường dạy về Nho học và mở các kỳ thi tuyển chọn nhân tài cho guồng máy chính quyền. Có thể nói, Nho giáo được triều đình Đại Việt chính thức dùng làm tư tưởng chủ đạo trong việc trị quốc từ đó.

HOÀN THIỆN TỔ CHỨC CHÍNH QUYỀN PHONG KIẾN

Sự cai trị dưới triều đại nhà Lý được tổ chức theo thể chế Quân chủ tập quyền dựa trên nền tảng Nho giáo.

Mô hình quân chủ tập quyền dồn mọi quyền lực quốc gia vào tay hoàng đế. Dưới vua có một bộ máy quan lại giúp việc phân cấp thành Khu Mật Viện và các Bộ là cơ quan đầu não của triều đình. Ngoài ra còn có các Sảnh và Hàn lâm viện. Dưới đó là các Viện, Ty, Cuộc. Các cấp địa phương từ cao tới thấp được chia ra từ phủ, lộ, châu, trại, huyện, hương, giáp, phường, sách, động.

Các vương hầu và đại thần được cấp thái ấp, gia nô và quân lính riêng, nhưng khi hữu sự thường được giao trách nhiệm bình định tại các nơi ngoài vùng sở hữu của mình để tránh tệ trạng hùng cứ tại địa phương.

Các quan trong triều và ngoài các lộ đều không có lương bổng mà được hưởng thuế ruộng đất đầm ao của dân trong vùng thái ấp cai trị. Khi được đổi tới địa phương khác thì sẽ được hưởng lộc tại địa phương mới. Tới năm 1067, để tránh tình trạng nhũng lạm, các quan được trợ cấp thêm lúa, muối, cá và một khoản tiền nhỏ đủ sống, gọi là "tiền dưỡng liêm".

Về luật pháp, dưới triều nhà Lý, lần đầu tiên nước ta có hệ thống luật lệ được ghi chép thành văn bản. Năm 1042 Lý Thái Tông (vua thứ nhì triều Lý) cho soạn các sách ghi điều luật. Hình thư là bộ sách luật gồm 3 quyển quy định các hình phạt tương ứng với các tội có ghi trong Luật.

Điều đặc biệt là trong triều đại nhà Lý, các công chúa và phi tần được tham dự vào các sinh hoạt triều chính. "Mùa hạ tháng 4 năm 1064, vua Lý Thánh Tông ngự tại điện Thiên Khánh xử kiện. Sử chép có công chúa Động Thiên đứng hầu cạnh. Như vậy hẳn là việc các công chúa tham gia công việc triều chính là chuyện thường xảy ra" (theo Đại Việt Sử Ký Toàn Thư).

QUÂN CHẾ THỜI LÝ

Quân chế thời Lý được tổ chức rất hoàn chỉnh. Cấm Vệ Quân lên tới hơn ba ngàn tướng sĩ, để bảo vệ hoàng đế và triều đình tại kinh đô. Năm 1059, đời Lý Thánh Tông, cấm quân còn xăm trên trán 3 chữ "Thiên tử quân". Ngoài ra còn có các đạo quân "tấn công" và "trấn thủ" rất thiện chiến, đây là chủ lực quân dưới thời nhà Lý.

Dân đinh không thuộc các thái ấp đến tuổi 18 đều phải xung vào quân đội, được cấp lúa gạo hàng tháng, được thưởng thêm vải lụa và thực phẩm mỗi năm. Hàng tháng binh lính thay phiên nhau về nhà làm ruộng để đảm bảo việc canh nông. Chính sách luân phiên quân lính về nhà làm ruộng đã giúp bảo đảm quân số cần thiết khi có chiến tranh và ổn định sản xuất phát triển kinh tế.

Dưới thời Lý đã có những đội quân được huấn luyện chiến đấu rất giỏi, kỷ luật rất nghiêm, người nào cũng có một kim bài để làm hiệu riêng. Trong chiến trận, đã có lúc thuyền của đội quân này bị đắm, người nào cũng nắm vững kim bài chết theo thuyền. Bởi vậy, quân lực dưới thời nhà Lý rất hùng mạnh. Đã có lần tướng Lý Thường Kiệt đem quân đánh sang Tàu, tạo nên những chiến công thật hiển hách.

TÌNH HÌNH KINH TẾ XÃ HỘI DƯỚI TRIỀU NHÀ LÝ

Chính sách nông nghiệp

Ruộng đất nông nghiệp được quản lý dưới các hình thức sau:

- Ruộng đất do triều đình quản lý trực tiếp. Gồm các doanh trại, đồn điền chiếm đoạt lại từ các quan lại của Tàu trước đây và những đất đai chung quanh các lăng tẩm của nhà vua ở vùng Thiên Đức thuộc Bắc Ninh, quê hương của vua nhà Lý.

- Ruộng công của các hương ấp. Đây là phần lớn đất đai canh tác thời bấy giờ, nông dân khai thác hưởng lợi chung và đóng thuế cho công quỹ. Quỹ này là lợi tức chính yếu của chính quyền phong kiến thời nhà Lý.

- Ruộng đất của tư nhân. Loại ruộng đất này chủ điền khai thác, đóng thuế, có quyền sang nhượng vì không thuộc triều đình.

- Ruộng đất thuộc các thái ấp do vua lập nên, được giao cho các vương hầu hay cho các nhà chùa, đây là loại đặc quyền ưu đãi của nhà Lý đối với quan lại và hệ thống Phật giáo. Các chùa chiến này đa số là do nhà vua hay các vương hầu, quí tộc tạo dựng, quy tụ đông đảo tăng ni tu trì.

Tình hình công thương nghiệp

Về công nghệ trong thời đại nhà Lý, thịnh hành nhất là những ngành nghề liên quan tới sự phát triển của Phật giáo. Trong thời kỳ này, nhiều chùa, tháp được xây dựng, do đó ngành kiến trúc rất phát triển cùng với những nghề như đúc chuông, tạc tượng và nghề kim hoàn cũng phổ biến không kém. Triều đình nhà Lý đã có nhiều lần cung cấp hàng nghìn cân đồng cho các công trình đúc chuông, đúc tượng Phật khắp nơi.

Song song với công nghiệp tư nhân, triều đình nhà Lý có các cơ xưởng để đúc tiền, chế tạo binh khí, làm các đồ dùng cho hoàng gia và quan lại. Các vật dụng làm cho hoàng cung và quan chức không được phép lưu hành trong dân gian. Ngược lại triều đình lại mua nhiều phẩm vật từ các nguồn do dân chúng cung cấp.

Thời vua Lý Thái Tông, nhà vua còn cho truyền dạy các cung nữ dệt gấm vóc và thiết lập các trại trồng dâu nuôi tằm ngay trong hoàng cung. Các phẩm phục của nhà vua không còn phải dùng tới hàng hóa của nhà Tống bên Tàu nữa.

Ngành khai thác khoáng sản cũng được triều đình đặc biệt chú ý. Năm 1062 mỏ vàng tại Vũ Kiến và mỏ bạc tại Hạ Liên được khai thác. Năm 1198 tìm thấy mỏ thiếc tại Lạng Châu.

Nghề làm đồ gốm dưới triều nhà Lý đạt độ tinh xảo ngang với Tàu. Nội thương và ngoại thương dưới triều đại các vua nhà Lý đều phát triển mạnh. Kinh thành Thăng Long trở thành một trung tâm thương mại quan trọng. Hoạt động giao thương giữa miền xuôi và miền ngược đã hình thành. Dân ở các đồng bằng thường chở muối, các đồ dùng bằng sắt lên miền núi đổi lấy lâm sản và vàng bạc. Tiền kim loại đã được dùng để trao đổi, buôn bán. Sự phồn thịnh về thương mại đã kéo theo việc phát triển về giao thông.

Việc buôn bán với nước ngoài được mở mang. Hầu hết hàng hóa được trao đổi với Tàu. Thương nhân Việt, Hoa buôn bán với nhau bằng đường bộ xuyên qua biên giới và bằng cả thương thuyền. Ngoài ra, các thương nhân Việt còn trao đổi hàng hóa với Chiêm Thành, tuy chưa nhiều. Quan hệ ngoại thương thời Lý cũng đã bắt đầu vươn tới các nước ở xa hơn như đảo quốc Qua Oa (Java ngày nay), Xiêm La, Tam Phật Tề (phía nam Xiêm La). Vân Đồn (Quảng Ninh ngày nay) đã trở thành trung tâm giao dịch quốc tế thời đó.

Tình hình xã hội dưới triều Lý

Giai tầng xã hội dưới thời nhà Lý đã được phân biệt một cách rõ rệt. Cao nhất là các dòng tộc quyền quí và thấp nhất là giai cấp nô lệ. Giai cấp quyền thế phong kiến nắm hầu hết quyền lực xã hội. Trong việc thi cử ra làm quan, chỉ có con cái của giai cấp này được dự thi.

Một giai cấp đặc biệt trong thời nhà Lý là giai cấp tăng lữ. Họ là những người được hưởng đặc quyền về cả kinh tế lẫn chính trị. Về giai cấp nô lệ, họ là những tù binh trong các cuộc chiến, những người có tội bị trừng phạt buộc phải làm nô lệ, hoặc dân thường nghèo khổ phải bán mình và con cái làm nô lệ. Họ thường là các gia bộc, nô tỳ của tầng lớp giàu có, vương giả. Họ bị chủ nhân mua đi bán lại không thương tiếc.

Số đông trong xã hội là thành phần dân thường, họ là những nông dân, thợ thuyền, doanh nhân v.v... Giai cấp này là nguồn chủ lực của xã hội. Họ có bổn phận phải đóng thuế và đi lính. Luật lệ nhà Lý cấm dân chúng không được bán con trai dưới 18 tuổi làm nô lệ cho các tư gia với mục đích bảo vệ nguồn nhân lực, tài lực của quốc gia.

Nói tóm lại, xã hội Việt Nam dưới triều nhà Lý đã có nhiều thay đổi và phát triển mạnh về mọi mặt. Sự thay đổi và phát triển này là những đóng góp quan trọng của nhà Lý cho dòng lịch sử dân tộc Việt Nam.

NHÀ TRẦN VÀ CUỘC KHÁNG CHIẾN CHỐNG QUÂN NGUYÊN-MÔNG

Nhà Lý suy yếu, quyền lực rơi vào tay Trần Thủ Độ. Trần Thủ Độ ép Lý Chiêu Hoàng (8 tuổi) nhường ngôi cho chồng là Trần Cảnh (cũng 8 tuổi). Ngôi vị nhà Lý chuyển sang nhà Trần một cách ôn hòa. Trong khoảng 175 năm trị vì, nhà Trần đã lãnh đạo dân Đại Việt ba lần kháng chiến chống quân Nguyên thành công lập nên trang sử sáng chói cho dân tộc.

HỌ TRẦN KHỞI NGHIỆP

Lý Cao Tông, vua thứ bảy của nhà Lý, là người ham mê săn bắn, chính sự pháp luật không rõ ràng, vơ vét của dân xây nhiều cung điện, bắt trăm họ xây cất phục dịch nên trộm cướp nổi lên khắp nơi. Vào năm 1209, vua Lý Cao Tông nghe lời tặc thần Phạm Du bức hại công thần là Phạm Bỉnh Di. Tướng của Bỉnh Di là Quách Bốc đem quân phá cửa thành vào cứu Bỉnh Di. Lý Cao Tông phải chạy lên châu Qui Hóa. Con của Cao Tông là hoàng tử Sảm phải về nương náu tại Hải Ấp, Thái Bình, là căn cứ địa của dòng họ Trần.

Trần Lý (Trần Nguyên Tổ) người làng Tức Mạc (thuộc tỉnh Nam Định) làm nghề đánh cá, nhà giàu có được nhiều người tùng phục. Trần Lý gả con gái cho Thái Tử Sảm. Thực chất, đây là phương thức để họ Trần tìm cách bước vào vòng quyền lực. Với danh nghĩa phò nhà Lý, họ Trần mộ quân về kinh dẹp loạn, rồi lên Qui Hóa rước vua Lý Cao Tông về lại kinh đô. Một năm sau thì vua Lý Cao Tông mất ngôi báu truyền cho Thái tử Sảm tức Lý Huệ Tông.

Vua Lý Huệ Tông nhờ ơn họ Trần nên giao mọi chức vị quan trọng cho người họ Trần điều hành chính sự. Đặc biệt Trần Thủ Độ được phong làm Điện Tiền Chỉ Huy Sứ thống lãnh các đội ngự lâm quân. Năm 1224, Huệ Tông truyền ngôi cho công chúa Lý Chiêu Hoàng, lúc đó mới 7 tuổi, rồi vào tu ở chùa Chân Giáo. Năm 1225, Trần Thủ Độ tìm cách thao túng đưa hàng loạt người họ Trần vào cung vua. Trần Cảnh là cháu của Trần Thủ Độ khi đó 8 tuổi chính thức trở thành chồng của Lý Chiêu Hoàng. Đến cuối năm 1225, Trần Thủ Độ ép Lý Chiêu Hoàng nhường ngôi vua cho chồng.

Nhà Lý chấm dứt sự nghiệp chính trị tại đây sau 9 đời làm vua kéo dài 216 năm từ năm 1010 đến năm 1225.

NHÀ TRẦN XÂY DỰNG VÀ CỦNG CỐ CHÍNH QUYỀN

Cuộc đổi ngôi từ dòng họ Lý sang họ Trần diễn ra trong hoàng cung với sự thao túng của Trần Thủ Độ không để lại một sự xáo trộn nào ngoài xã hội. Có nhiều ý kiến trái nghịch về công và tội của vị tướng nhà Trần này. Vai trò của Trần Thủ Độ trong lịch sử đã được sử gia khách quan đánh giá rằng mặc dầu ông đã phạm tội tày đình là phế bỏ nhà Lý để dành ngôi báu cho họ Trần của mình và vì lòng trung thành với giòng họ Trần mà ông đã ra tay sát hại thân tộc họ Lý để tận diệt mọi mưu toan giành lại ngai vàng của con cháu họ Lý. Tuy nhiên, ông là một nhà chính trị lỗi lạc, thanh liêm, cương trực một tay tạo dựng nên cơ nghiệp nhà Trần. Bên trong, ông củng cố ngôi vị cho tân vương trẻ và dẹp yên nội loạn, bên ngoài ông chẳng những là chỗ dựa tinh thần mà còn đóng góp rất lớn cho cuộc kháng chiến chống quân Nguyên-Mông trong đợt xâm lăng lần thứ nhất. Lịch sử ghi lại lời nói cương quyết của ông với vua Trần Thái Tông: "Đầu tôi chưa rơi xuống đất, thì xin bệ hạ đừng lo" đã trấn an nhà vua và góp phần vào việc nâng cao nhuệ khí của quân dân Đại Việt dẫn đến chiến thắng oanh liệt đánh đuổi quân Nguyên-Mông về Tàu.

Nhà Trần thay nhà Lý mở ra một thời kỳ lịch sử mới phát triển cao hơn thời nhà Lý. Chính quyền nhà Trần trong thế kỷ 13 vững vàng, năng động đã tạo ra một nền chính trị thống nhất và ổn định cho đất nước, kéo dài 175 năm cho đến giữa thế kỷ 14.

Để bảo đảm vững chắc vị trí, khả năng nắm chính quyền và để tránh những vụ tranh chấp ngôi báu trong nội bộ hoàng tộc nhà Trần áp dụng chế độ Thái Thượng Hoàng. Vua con nắm ngôi nhưng quyền lực thuộc về vua cha (Thái Thượng Hoàng). Ngôi vị Thái Thượng Hoàng không chỉ là cố vấn mà còn có quyền phế truất ngôi vua tại vị và chỉ định người khác kế vị.

Sự liên kết dòng họ nắm chính quyền nhà Trần thực hiện như một nguyên tắc để giữ an xã hội. Hầu hết các chức vụ quan trọng trong triều đình và ở các địa phương phủ, lộ đều do tôn thất nắm giữ. Để quyền lợi dòng họ thêm vững vàng, lâu bền, ngoài chế độ kế thừa quyền lợi và quan chức theo họ, nhà Trần còn áp dụng lối kết hôn đồng tộc. Cũng như thời Lý, các vương hầu thời Trần đều có lực lượng quân đội riêng.

Bộ máy cai trị của triều nhà Trần

Bộ máy cai trị của nhà Trần phỏng theo mô hình của nhà Tống, bao gồm bộ máy chính quyền trung ương và địa phương.

Ở triều đình, bộ phận trung khu gồm 6 bộ: Lại, Lễ, Hộ, Binh, Hình, Công để giải quyết các công việc hành chính, ngoại giao, tín ngưỡng, kinh tế, quân sự, pháp luật và xây dựng. Các cơ quan sáu bộ càng về sau phần lớn đều do các nho thần đảm nhiệm.

Ở các địa phương, nhà Trần tổ chức chính quyền thành ba cấp: phủ lộ, huyện châu, hương xã. Ở các lộ còn có một số chức quan chuyên trách các công việc như: Hà Đề trông coi đê điều, Thủy Lộ Đề hình trông coi việc giao thông thủy và bộ... Năm 1344, nhà Trần tăng cường thêm cơ quan chính quyền địa phương, đặt Đồn Điền Sứ và Phó Ty Sứ lo việc khuyến nông.

Tổ chức quân đội

Nhà Trần rất chú trọng phát triển quân đội để bảo vệ giang sơn cũng như vương triều. Quân chủ lực nhà Trần gồm cấm quân và quân các lộ. Quân các lộ ở đồng bằng gọi là chính binh, ở miền núi gọi là phiên binh. Cấm quân hay còn gọi là quân túc vệ. Đứng đầu mỗi quân là một đại tướng quân. Nguyên thành Thăng Long có khoảng gần 20.000 binh lính trấn đóng.

Ngoài cấm quân và lộ quân là bộ phận do triều đình tổ chức và chỉ huy, các vương hầu được phép chiêu mộ quân riêng khi có lệnh vua. Nhà Trần vẫn giữ chính sách "ngụ binh ư nông" để vừa khai thác sức dân vào sản xuất khi hoà bình, vừa động viên được lính khi có chiến tranh.

CUỘC KHÁNG CHIẾN CHỐNG QUÂN NGUYÊN-MÔNG

Cuộc kháng chiến chống quân Nguyên-Mông là một cuộc chiến bảo vệ giang sơn của quân và dân Đại Việt vào đầu thời nhà Trần (dưới thời các Vua Trần Thái Tông, Trần Thánh Tông và Trần Nhân Tông) trước sự tấn công của đế quốc Mông Cổ. Thời gian của cuộc kháng chiến bắt đầu từ năm 1258 đến năm 1288 chia làm 3 đợt. Cùng với các hoạt động ngoại giao, thắng lợi của ba cuộc chiến này được xem là chiến công tiêu biểu của vương triều nhà Trần chống giặc ngoại xâm và cũng được xem là một trong những trang sử chiến tranh hào hùng nhất lịch sử Việt Nam.

Sơ lược về đế quốc Mông Cổ

Mông Cổ (còn gọi là nhà Nguyên) là một sắc dân ở phía Bắc nước Tàu sống ở khu thượng lưu sông Hắc Long Giang trải dài tới vùng sa mạc lớn tại châu Á. Người Mông Cổ rất hung bạo, hiếu chiến, giỏi cưỡi ngựa và bắn cung tên. Binh lính thường là đội quân kỵ mã thiện chiến. Dưới thời Thành Cát Tư

Hãn niên hiệu là Nguyên Thái Tổ, quân Nguyên-Mông chiếm giữ được cả vùng Trung Á, đất Ba Tư và kéo dài sang đến phía Đông Bắc châu Âu. Năm 1227, quân Mông Cổ tiêu diệt nước Tây Hạ, năm 1234 chiếm được nước Kim và tràn sang đến nước Triều Tiên. Năm 1279 Nhà Nguyên đem quân đánh chiếm Bắc Tống chinh phục được nhà Nam Tống. Kể từ đó nước Tàu thuộc về nhà Nguyên Mông Cổ cai trị.

Cuộc kháng chiến chống quân Nguyên-Mông lần thứ nhất năm 1257 - 1258

Hốt Tất Liệt là em trai của Mông Kha, lúc đó đang là vua Mông Cổ, tức là Nguyên Hiến Tông. Ngay từ thời Mông Kha còn sống Hốt Tất Liệt đã thể hiện mộng bá vương với khát vọng chinh phục nhà Tống. Tháng 9 năm 1257, quân Mông Cổ đã chinh phục và chiếm được nước Đại Lý với ý định sau đó đánh chiếm Đại Việt và từ Đại Việt đánh lên Nam Tống. Như vậy, việc chiếm được Đại Việt mang ý nghĩa lớn cho đế quốc Mông Cổ vì ngoài ra còn được quân Nguyên-Mông dự kiến dùng Đại Việt làm bàn đạp cho cuộc viễn chinh xuống Đông Nam Á. Danh tướng Ngột Lương Hợp Thai của Mông Cổ đã đem binh đến Khai Viễn là nơi sát biên giới với nước Đại Việt. Sau đó sai sứ giả sang ép vua Trần đầu hàng. Trần Thái Tông bắt giam ngay ba tên sứ giả vào ngục. Ngột Lương Hợp Thai tức giận xuất quân tiến đánh Đại Việt. Vua Trần Thái Tông cử Hưng Đạo Vương Trần Quốc Tuấn cầm quân chống cự, phong làm Tiết Chế thống lĩnh quân đội vùng biên giới phía Bắc để ngăn quân Mông Cổ.

Bộ binh Mông Cổ tiến quân vào Đại Việt chia làm 2 cánh. Cánh quân đi đầu của Mông Cổ do Triệt Đô chỉ huy tiến dọc theo bờ sông Thao. Còn một cánh khác do con trai của Ngột Lương Hợp Thai là A Truật đi sau một đoạn để yểm trợ. Hai cánh quân này vừa tiến vừa thăm dò tình hình quân bên nhà Trần để cấp báo cho đại quân phía sau. Chưa kể đạo quân lớn nhất do con vua Nguyên đi sau tiếp viện.

Cuộc hỗn chiến đầu tiên giữa quân Đại Việt và quân Mông Cổ đã xảy ra. Các cánh quân Đại Việt phải rút lui từ Bình Lệ Nguyên về Thăng Long, sau đó lại rút từ Thăng Long về Thiên Mạc (Duy Tiên, Hà Nam)

Đứng trước tình thế nguy ngập đó vua Thái Tông ngự thuyền đến hỏi ý Thái úy là Trần Nhật Hiệu. Nhật Hiệu không nói gì cả, cầm sào viết xuống nước hai chữ nhập Tống (tức là nên chạy sang lánh nạn ở đất Nam Tống). Vua Thái Tông lại đến hỏi Thái sư Trần Thủ Độ. Thủ Độ nói rằng: *"Đầu tôi chưa rơi xuống đất, thì xin bệ hạ đừng lo!"*. Thái Tông nghe thấy Thủ Độ nói cứng cỏi như thế, trong bụng mới yên.

Quân Mông Cổ tràn vào Thăng Long tìm thấy ba sứ giả bị giam ở trong ngục mà một người đã chết nên tức giận cướp của, đốt phá, tàn sát hết cả dân chúng trong thành, không trừ người già và con trẻ.

Được ít lâu, tới ngày 29 tháng 1 năm 1258, lợi dụng tình hình quân binh Mông Cổ bắt đầu suy yếu do không quen khí hậu vua Trần Thái Tông cùng thái tử Hoảng đem chiến thuyền ngược sông Hồng đánh trả bất ngờ, khiến địch không kịp trở tay. Quân Mông Cổ bị thua tan rã tại trận Đông Bộ Đầu nên tháo chạy khỏi thành Thăng Long về Vân Nam. Khi chạy đến Quy Hóa (vùng Lào Cai, Yên Bái), quân Mông Cổ bị chủ trại Hà Bổng tiếp ứng chặn đánh tơi tả.

Cuộc kháng chiến chống quân Nguyên-Mông lần thứ hai năm 1284 - 1285

Năm 1284, Hốt Tất Liệt phong con trai là Thoát Hoan làm Trấn Nam Vương chuẩn bị tiến hành cuộc chiến lần thứ hai. Hai thượng tướng Ô Mã Nhi và Toa Đô cùng với A Lý Hải Nha, viên tướng xuất sắc người Duy Ngô Nhĩ của nhà Nguyên, được chọn làm phó tướng cho Thoát Hoan.

Ngày 27 tháng 1 năm 1285, Thoát Hoan xua 50 vạn quân lấy cớ mượn đường qua đánh Chiêm Thành để xâm lược Đại Việt. Quân Nguyên chia làm 2 đạo tiến xuống nước ta. Đạo thứ nhất do Bột La Hợp Đáp Nhĩ chỉ huy theo đường Khâu Ôn, đạo thứ hai do Khiếp Tiết Tản Lược Nhi chỉ huy đi theo đường núi Cấp Lĩnh. Đại quân của Thoát Hoan đi sau đạo thứ hai của Khiếp Tiết Tản Lược Nhi. Ngoài ra, vào khoảng tháng 3 năm 1285, một đạo quân nữa đang chiến đấu ở Chiêm Thành do Toa Đô chỉ huy cũng được điều động quay lên phía Bắc đánh Đại Việt

Trước sức mạnh của quân xâm lược Nguyên-Mông, mặc dù quân dân nhà Trần đã ra sức chiến đấu để bảo vệ giang sơn nhưng không thể giữ nổi các trận địa. Hai đạo quân từ phía Bắc của quân Nguyên sau gần ba tuần đã chiếm được Thăng Long. Vua quan nhà Trần phải rút lui về Thiên Trường (Nam Định) sau đó theo đường biển lui về Thanh Hóa. Ở phía Nam quân của thượng tướng Trần Quang Khải cũng bị thua quân Nguyên-

Mông do Toa Đô và Ô Mã Nhi tại Nghệ An phải lui về phía Bắc. Như thế, trong đợt tiến công đầu tiên của quân Nguyên Mông, vua tôi Đại Việt đã bị chúng dồn lại vùng Thanh Hoá.

Đến cuối tháng 4 năm 1285 tình hình bỗng thay đổi. Mùa hè tới, quân Nguyên vốn ở vùng khô lạnh không chịu nổi thời tiết nóng ẩm nên bị bệnh dịch và đau ốm suy giảm sức chiến đấu. Chớp thời cơ, tháng 5 năm 1285, quân Trần từ Thanh Hóa đưa binh thuyền ra Bắc phản công. Trận thắng đầu tiên của nhà Trần là trận Chiêu Văn Vương Trần Nhật Duật đánh Toa Đô ở Hàm Tử (Hưng Yên). Tiếp theo, Trần Quang Khải cùng với Trần Quốc Toản và Phạm Ngũ Lão đánh tan chiến thuyền của quân Nguyên ở bến Chương Dương. Quân giặc thua chạy, quân ta thừa thắng truy đuổi vào tận chân thành Thăng Long. Thoát Hoan mang đại quân ra chống đỡ bị phục binh của Trần Quang Khải đánh úp khiến quân giặc phải thua chạy. Thoát Hoan và tướng lĩnh trên đường rút lui bị quân và dân địa phương phục kích, truy sát, bắn tên độc chết rất nhiều. Thoát Hoan phải chui vào ống đồng để tránh tên chạy trốn. Cánh quân của Toa Đô và Ô Mã Nhi ở Thiên Mạc rút về Tây Kết bị Hưng Đạo vương đánh thua chạy. Toa Đô bị quân Đại Việt bao vây, sau đó bị tướng Vũ Hải nhà Trần chém rơi đầu (cũng có sách chép Toa Đô bị tên bắn chết). Ô Mã Nhi kinh khiếp phải dùng thuyền con vượt biển trốn về phương Bắc.

Ngày 9 tháng 7 năm 1285, vua Trần Nhân Tông và Thái Thượng Hoàng trở về Thăng Long. Dân chúng mở hội ăn mừng chiến thắng. Thượng Tướng Thái Sư Trần Quang Khải cảm hứng có thơ được dịch nghĩa:

Chương Dương cướp giáo giặc
Hàm Tử bắt quân thù
Thái bình nên gắng sức
Non nước ấy ngàn thu

Cuộc kháng chiến chống quân Nguyên-Mông lần thứ ba năm 1287 - 1288

Tháng 2 năm 1287 Hốt Tất Liệt sai Áo Lỗ Xích, Ô Mã Nhi, Phàn Tiết làm Tham Tri Chính Sự cùng Thoát Hoan điều binh quyết đánh chiếm nước Đại Việt rửa hận. Tháng 6 năm 1287, Thoát Hoan khởi binh từ đất Ngạc tiến về phía Nam, mượn tiếng đưa An Nam quốc vương Trần Ích Tắc về nước. Quân Nguyên chia làm 3 cánh: cánh thứ nhất theo đường Vân Nam tiến xuống sông Thao và sông Lô như 2 lần trước do Ái Lỗ chỉ huy. Cánh thứ hai là quân chủ lực đi đường Khâm Châu, châu Liêm do Thoát Hoan cùng Trình Bằng Phi, Áo Lỗ Xích, dẫn theo Trần Ích Tắc tiến vào biên giới Đông Bắc. Cánh thứ 3 là thủy quân do Ô Mã Nhi, Phàn Tiếp chỉ huy 500 chiến thuyền cùng đoàn vận lương do Trương Văn Hổ chỉ huy kéo theo sau.

Cánh quân chủ lực nhà Nguyên do Thoát Hoan và Áo Lỗ Xích chỉ huy bắt đầu tiến vào lãnh thổ Đại Việt ngày 25 tháng 12 năm 1287. Cũng như hai lần trước, trước sức tấn công hung bạo của quân Nguyên, dù đã chuẩn bị và hết sức cố gắng nhưng vua quan nhà Trần vẫn không giữ nổi các thành trì quan trọng, đành phải rút lui.

Thoát Hoan sai Ô Mã Nhi vượt sông Hồng, truy sát vua Trần. Ô Mã Nhi lộng ngôn sai bắn tin với vua Trần rằng: *"Ngươi chạy* lên trời ta theo lên trời, ngươi chạy xuống đất ta theo xuống đất, ngươi trốn lên núi ta theo lên núi, ngươi lặn xuống nước ta theo xuống nước".

Tuy nhiên bước ngoặt của cuộc kháng chiến lần ba đã xảy ra. Tướng Trần Khánh Dư đã tiêu diệt được toàn bộ đoàn quân lương của giặc do Trương Văn Hổ chỉ huy tại Vân Đồn. Mặc dù đã chiếm được thành trì, nhưng không hợp thủy thổ, lại không có lương thực nên Thoát Hoan phải ra lệnh rút quân. Quan quân nhà Trần liền tổ chức phản công tiêu diệt giặc. Tại sông Bạch Đằng, quân Nguyên lại thua lớn khi nhà Trần sử dụng trận địa cọc để ngăn chặn thuyền địch di chuyển. Quân ta bắt sống các tướng giặc Ô Mã Nhi, Phàn Tiếp, Tích Lệ Cơ Ngọc... Cuộc kháng chiến chống quân Nguyên-Mông lần thứ ba đã kết thúc thắng lợi vẻ vang.

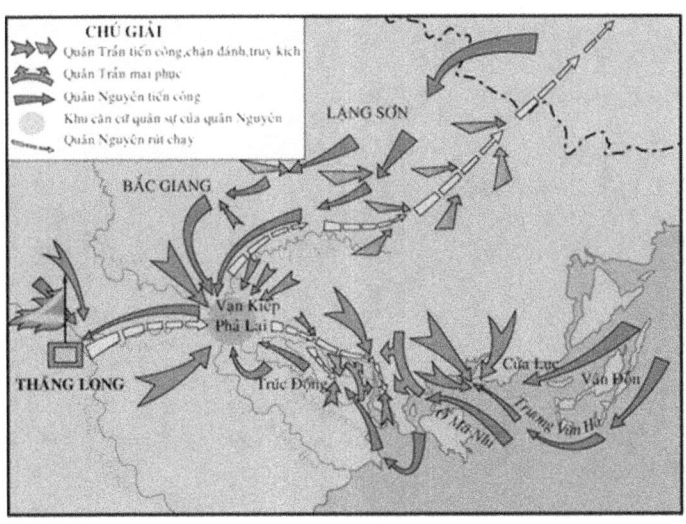

Bản đồ ghi lại về trận Vân Đồn và trận Bạch Đằng (cách nhau 4 tháng)

Ngày 28 tháng 4 năm 1288 vua Trần Nhân Tông và Thượng Hoàng Thánh Tông trở về Thăng Long, triều đình khao thưởng quan binh, tha hết tô thuế lao dịch cho những vùng bị cướp bóc tiêu hủy trong thời gian chiến tranh, mở tiệc ba ngày thiết đãi thần dân gọi là Thái Bình Diên Yến.

Với bọn hàng tướng như Tích Lệ Cơ Ngọc, vua Nhân Tông sai quan quân đưa về Tàu. Còn Phàn Tiếp bị bệnh chết, Vua sai hỏa táng rồi cấp người ngựa cho vợ con đem tro cốt về nước.

Trong khi quân Nguyên đang cường thịnh, triều thần có kẻ hai mang, có giấy má thông đồng với giặc. Khi giặc thua chạy, triều đình bắt được tráp biểu hàng của các quan, muốn đem trị tội, nhưng Thánh Tông Thượng Hoàng nghĩ rằng làm tội những phường tiểu nhân cũng vô ích, bèn sai đem đốt cả tráp đi cho yên lòng mọi người.

TÌNH HÌNH KINH TẾ - XÃ HỘI THỜI TRẦN VÀ QUÁ TRÌNH SUY VONG

TÌNH HÌNH KINH TẾ THỜI TRẦN

Khi xã hội chưa phát triển, nói tới kinh tế là chủ yếu nói về quan hệ đất đai và vấn đề nông nghiệp. Xã hội Việt Nam thời vua chúa cũng không là ngoại lệ trong đó có triều đại nhà Trần.

Các hình thức sở hữu ruộng đất

Có hai hình thức sở hữu ruộng đất, đó là triều đình và tư nhân.

a - Ruộng đất thuộc quản lý của triều đình. Loại ruộng đất này lại gồm có hai loại. Một loại của nhà vua do triều đình trực tiếp quản lý và một loại ruộng đất công của thôn, làng.

Ruộng đất của nhà vua do triều đình quản lý bao gồm:

- Sơn lăng: Đất dùng để xây lăng mộ vua chúa, quan lại và ruộng canh tác để phục vụ việc cúng giỗ tại đó.

Thời nhà Trần, các vua được chôn cất ở nhiều nơi nên ruộng sơn lăng cũng rải rác. Các làng Thái Đường, Thâm Động (Thái

Bình), Tức Mặc (Nam Định), Yên Sinh (Quảng Ninh) đều có ruộng sơn lăng.

- Tịch điền: Là loại ruộng riêng của triều đình, phần lớn hoa lợi trên ruộng này đều vào kho riêng của vua.

- Ruộng quốc khố: Là một loại ruộng dành cho tội phạm làm không công cho triều đình. Những tội đồ đó gọi là Cảo Điền Hoành, bị thích chữ vào mặt.

Các loại ruộng này không chiếm một diện tích lớn nhưng là nguồn thu nhập đáng kể của triều đình.

Ruộng đất công làng, xã: Đây là ruộng công được gọi là "quan điền" hay "quan điền bản xã". Nhà Trần lập chế độ tô thuế với phần ruộng đất này. Người dân quen gọi là "đất của vua"

b - Ruộng đất tư nhân. Bao gồm Thái Ấp (đất vua ban cho quý tộc nhà Trần), Điền Trang (do quý tộc Trần khai hoang lập ra) và ruộng đất tư hữu của điền chủ.

Ruộng đất tư hữu của điền chủ là một hình thức sở hữu xuất hiện từ thời Trần. Năm 1254, triều đình ra lệnh bán ruộng công, mỗi diện tích năm quan cho dân chúng làm tư hữu. Do việc mua bán đất tư hữu này đã xuất hiện một tầng lớp mới đó là điền chủ.

Tình hình sản xuất nông nghiệp và các ngành nghề khác

Sản xuất nông nghiệp vẫn là căn bản của nền kinh tế thời Trần, tuy nhiên ngành buôn bán đã hình thành từ thời Lý nay được phát triển hơn. Ngoài buôn bán hàng hoá thì thời nhà Trần còn có thêm hình thức mua bán ruộng đất tư hữu.

Công cuộc trị thủy, làm thủy lợi trong cả nước được đặc biệt chú trọng, nhất là sau mấy đợt vỡ đê thời kỳ đầu nhà Trần. Năm

1248, vua Thái Tông đặt cơ quan Hà Đê, có chánh sứ, phó sứ phụ trách việc đê điều ở các phủ, lộ rồi lại xuống chiếu đắp đê. Đây là một việc quan trọng, một bước ngoặt trong lịch sử thủy lợi của nước ta.

Triều đình trực tiếp tổ chức đắp đê trên các triền sông và có cơ quan chuyên trách chỉ đạo và quản lý đê điều. Điều này phản ánh việc chú trọng tới nông nghiệp và là nhân tố quyết định của sản xuất nông nghiệp dưới thời nhà Trần.

Về các ngành nghề khác, có nghề sản xuất đồ gốm khá phát triển. Các nhà khảo cổ học đã tìm được nhiều di tích đồ gốm ở khắp nơi. Nghề dệt, chủ yếu là dệt tơ tằm tiếp tục phát triển như thời nhà Lý.

Các nghề như: đúc đồng, làm giấy và khắc bản in, nghề mộc, nghề khai thác khoáng sản cũng có vị trí quan trọng.
Mạng lưới giao thông đường thủy, đường bộ thời Trần khá phát triển so với thời nhà Lý. Các ty thủy lộ được thiết lập đảm bảo cho việc khai thác giao thông đường thủy giữa Thăng Long với các vùng đồng bằng Bắc bộ và Thanh-Nghệ.

Tiêu biểu nhất cho mạng lưới nội thương là hệ thống chợ ở đồng bằng sông Hồng.

Số lượng chợ tương đối nhiều, mỗi huyện có vài chợ, các phiên chợ họp lệch ngày nhau. Ngoài chợ ra còn có các phố, các trung tâm phủ lị bên sông lớn, đầu mối giao thông thủy bộ đều có phố cả.

Về ngoại thương, nhà Trần khai thác tốt hơn hải cảng Vân Đồn có từ thời Lý.

Đây là trung tâm giao dịch của các thuyền buôn nước ngoài với thương nhân Đại Việt. Họ phải đóng thuế và không được vào sâu nội địa.

TÌNH HÌNH XÃ HỘI THỜI TRẦN

Xã hội thời Trần có sự phân chia giai cấp rõ rệt. Trên cùng là tầng lớp quý tộc bao gồm các vương hầu, tôn thất nhà Trần cùng với một số quan lại có công trong việc giúp nhà Trần lập nghiệp và bảo vệ cơ nghiệp. Tầng lớp quý tộc này còn bao gồm một số tăng lữ có tu viện và điền trang riêng. Dưới tầng lớp quý tộc là giai cấp quan lại có bổng lộc làm việc cho guồng máy hành chính của vương triều. Giống như thời Lý, tầng lớp này được bổ nhiệm theo hai con đường tập ấm và khoa cử, tuy nhiên một số quan lại có thể được bổ nhiệm từ các gia thần của các vương hầu quý tộc.

Dưới thời Trần, việc bổ nhiệm qua con đường khoa cử được phát triển hơn thời Lý.

Năm 1232, Trần Thái Tông mở khoa thi Thái Học Sinh đầu tiên lấy tiến sĩ. Ngoài kỳ thi Thái Học Sinh, nhà Trần còn tổ chức những kỳ thi lấy Lại Viên.

Đề thi trong các kỳ thi này không phải là về văn học, chính trị như thi Thái Học Sinh mà là thảo các giấy tờ về hành chính và môn toán. Ai thi đỗ được lấy làm thuộc viên tại cơ quan trung ương như sảnh viện.

Dưới tầng lớp quan lại là những nông dân tự do sống trong các làng xã. Đây là lực lượng chính cung cấp quân lính và đóng thuế cho triều đình. Vì thế được triều đình theo dõi biến động nhân khẩu rất sát sao.

Tầng lớp cuối cùng trong xã hội là tầng lớp nô tỳ và nông nô. Tất cả các vương hầu đều có gia nô hay nô tỳ. Hoài Văn Hầu Trần Quốc Toản tuy còn nhỏ tuổi đã có hàng nghìn gia nô, đủ để lập một đội quân đi đánh quân Mông Cổ.

Trong số các gia nô này, thường có một số người thân tín, tay chân đắc lực của chủ được gọi là gia thần. Những người này nếu có tài trí và sự tận tâm thì có thể được cất nhắc lên làm quan, thoát khỏi tầng lớp nô tỳ. Gia nô và nô tỳ là đẳng cấp thấp nhất trong xã hội. Thân phận của họ là thân phận nô lệ.

Về văn hoá, dưới thời nhà Trần chữ Nôm được coi trọng. Chữ Nôm được dùng làm thi ca, khúc ngâm. Tuy nhiên các chiếu chỉ của nhà Vua vẫn còn viết bằng chữ Hán. Mỗi khi lệnh vua ban bố ra ngoài, ty Hành Khiển phải giảng cả âm lẫn nghĩa ra tiếng Việt cho dân hiểu và dự biết mọi việc triều đình quyết định làm.

Nhà Trần còn cho nghiên cứu và học tập cả tiếng Mán, tiếng Thổ, tiếng Phiên. Các vương hầu đương thời như Trần Quang Khải, Trần Nhật Duật rất thông hiểu các thứ tiếng này. Điều này cho thấy ý thức dân tộc của nhà Trần.

Về tín ngưỡng, tôn giáo được tôn sùng nhất dưới thời Trần là đạo Phật. Vua Trần Thái Tông là tác giả kinh Khóa Hư Lục. Vua Trần Nhân Tông soạn được nhiều câu kệ trong tập Trần Triều Thượng Sĩ Ngũ Lục mang tư tưởng nhân từ, bác ái, giác tha, độ tha.

QUÁ TRÌNH SUY VONG CỦA NHÀ TRẦN

Nhà Trần với một thời rất hưng thịnh, đã từng đại phá quân Nguyên và bình định được Chiêm Thành. Nhưng kể từ khi thái thượng hoàng Trần Minh Tông qua đời năm 1357, vua Trần Dụ Tông lên ngôi ham mê tửu sắc, chơi bời vô độ, bỏ mặc việc triều chính khiến cho nhà Trần bước vào giai đoạn suy vi và sau cùng bị mất ngôi. Vua Trần Dụ Tông không lo chính sự mà sa đà vào xây cung điện tốn kém, tạo nên sưu cao, thuế nặng khiến cho dân vô cùng khổ sở, oán than. Trong nước, loạn lạc nổi lên khắp nơi. Trong triều, bọn gian thần kéo bè kết đảng lộng hành, tham nhũng, ngạo mạn.

Tư Nghiệp Quốc Tử Giám Chu An dâng sớ xin chém bảy tên nịnh thần nhưng Dụ Tông không nghe khiến ông trả ấn từ quan. Năm 1369, Trần Dụ Tông mất. Vì không con nên ngôi báu lọt vào tay Trần Nhật Lễ là con nuôi anh trai của Trần Dụ Tông. Lễ vốn họ Dương là người ham mê tửu sắc.

Tháng 10 năm 1370, các tôn thất nhà Trần hợp mưu lật đổ và bắt giết Nhật Lễ, đưa con thứ ba của vua Trần Minh Tông lên ngôi là Trần Nghệ Tông.

Trần Nghệ Tông làm vua hai năm, nhường ngôi cho em là Trần Duệ Tông. Năm 1377, Trần Duệ Tông tử trận ở Chiêm Thành, thái thượng hoàng Trần Nghệ Tông lập Trần Phế Đế là con của Trần Duệ Tông lên thay. Thái thượng hoàng Trần Nghệ Tông vẫn còn nắm quyền binh trong tay và tin dùng Hồ Quý Ly. Hồ Quý Ly có hai người cô đều là vợ của vua Trần Minh Tông, và là mẹ của ba vua Trần Hiến Tông, Trần Nghệ Tông và Trần

Duệ Tông. Hồ Quý Ly thao túng triều đình nhà Trần khiến Trần Nghệ Tông phế truất ngai vàng của Trần Phế Đế ép lập ngôi cho con rể mình là Trần Thuận Tông. Từ đây quyền hành nhà Trần đã thực sự nằm trong tay Hồ Quý Ly.

Năm 1394, Trần Nghệ Tông mất, Hồ Quý Ly ráo riết xây thành Tây Đô ở Vĩnh Lộc-Thanh Hóa rồi ép Trần Thuận Tông theo về. Hồ Quý Ly tiếp đó ép Trần Thuận Tông nhường ngôi cho con là Trần Thiếu Đế khi đó mới được 3 tuổi nhằm mưu đoạt ngôi nhà Trần.

Các tướng lĩnh nhà Trần như Trần Khát Chân họp lại mưu tiêu trừ Quý Ly việc bất thành tất cả đều bị bắt và bị giết. Năm 1400, Hồ Quý Ly cướp ngôi của cháu ngoại Trần Thiếu Đế, đặt niên hiệu là Thánh Nguyên, đổi quốc hiệu là Đại Ngu kể từ đó. (Lý do vì Hồ Quý Ly nhận mình là con cháu Ngu Thuấn nên đặt tên nước là Đại Ngu).

THỜI ĐẠI HỒ QUÝ LY VÀ CUỘC XÂM LĂNG CỦA NHÀ MINH

Hồ Quý Ly tên thật là Hồ Nhất Nguyên hoặc Lê Quý Ly là một viên quan nhà Trần. Ông có hai người cô làm cung phi của vua Trần Minh Tông, một người là mẹ của vua Trần Nghệ Tông còn một người sinh ra Trần Duệ Tông. Những năm cuối của triều đại nhà Trần, mọi hoạt động trong cung cấm đều trong tay Hồ Quý Lý thao túng.

HỒ QUÝ LY CƯỚP NGÔI NHÀ TRẦN

Năm 1400, Hồ Quý Ly cướp ngôi của cháu ngoại mình là Trần Thiếu Đế khi đó mới được ba tuổi lập nên triều đại nhà Hồ. Năm 1401 Nhà Vua nhường ngôi cho con là Hồ Hán Thương, tiếp tục theo lệ nhà Trần giữ ngôi Thái Thượng Hoàng để điều khiển việc triều chính.

NHỮNG CẢI TỔ CỦA HỒ QUÝ LY

Ngay từ khi chưa đoạt ngôi vua, Hồ Quy Ly đã có nhiều ảnh hưởng đến chính sách quốc gia.

Chính sách hạn điền

Cuối thời nhà Trần, nhiều ruộng đất bị các vương hầu và nhà giầu chiếm cứ, dân nghèo không còn ruộng phải đi lưu vong hay bán mình làm nông nô rất đông vì vậy trong xã hội bắt đầu tiềm ẩn mầm mống các cuộc nổi loạn.

Để xoa dịu bất mãn trong dân, nhà Hồ ra luật ấn định mỗi thứ dân chỉ được có 10 mẫu ruộng, chỉ trừ một số biệt lệ, ai có dư phải nộp lại cho triều đình.

Dân nghèo không có ruộng được tuyển làm ruộng cho triều đình. Các nhà giầu cũng không có quyền giữ quá nhiều nô tỳ, quá số giới hạn triều đình sẽ sung công. Rõ ràng chính sách trên có vẻ như bảo vệ dân nghèo nhưng thực chất chỉ là chuyển sự nô lệ của bộ phận này từ tầng lớp quý tộc sang thành kẻ lệ thuộc triều đình.

Phát hành tiền giấy thay cho tiền đồng

Nhà Hồ đặt ra việc in tiền bằng giấy và cho thu hồi tiền làm bằng kim loại đang lưu hành. Việc này đã gây nên những xáo trộn trong xã hội do người dân đang quen tiêu tiền kim loại và ngoài ra còn phát sinh vấn nạn in tiền giấy giả.

Việc giáo dục

Về thi cử thì định kỳ 3 năm, năm trước thi Hương, năm sau thi Hội, ai đỗ thi Hội sẽ được dự cuộc thi làm văn sách để định cao thấp ra làm quan.

Các quan làm giáo chức ở lộ, phủ, châu được cấp ruộng. Ở phủ và châu lớn quan giáo thụ được cấp 15 mẫu, tại phủ và châu vừa được cấp 12 mẫu, tại địa phương nhỏ được cấp 10 mẫu.

CHIẾN TRANH VỚI CHIÊM THÀNH DƯỚI TRIỀU HỒ QUÝ LY

Triều Hồ không thu phục được lòng dân trong nước. Lợi dụng sự suy yếu của Chiêm Thành sau khi Chế Bồng Nga tử trận, nhà Hồ cử quân đi đánh Chiêm Thành nhằm dùng chiến thắng bên ngoài để tạo uy thế bên trong.

Cuộc xâm lược Chiêm Thành lần thứ nhất

Năm 1400, nhà Hồ sai Đỗ Mãn, Trần Văn đem 15 vạn quân đi đánh Chiêm Thành nhưng gặp nước lụt quân nhà Hồ bị nghẽn ở dọc đường, phải rút về không đạt kết quả gì. Hai năm sau lại sai Đỗ Mãn làm Đô tướng cùng Đinh Đại Trung đi đánh Chiêm Thành lần nữa. Khi đến biên giới, tướng Đinh Đại Trung giao chiến cùng tướng Chiêm là Chế Trà Nam, hai bên cùng tử trận. Tuy quân Hồ không chiến thắng rõ ràng nhưng vua Chiêm lo sợ nên xin hòa và dâng đất Chiêm Động (vùng Quảng Nam, Quảng Ngãi ngày nay) cho nhà Hồ. Nhà Hồ liền chiêu mộ dân các lộ đang không có ruộng vào vùng này để khai thác. Một chuyện không may đã xảy ra khiến nhà Hồ bị dân chúng oán hận đó là đoàn thuyền di dân bị bão đánh đắm khiến cho nhiều người bị chết đuối.

Cuộc xâm lược Chiêm Thành lần thứ hai

Sau khi đã chiếm được vùng Chiêm Động và Cổ Lũy rồi, nhà Hồ nuôi tham vọng muốn chiếm thêm đất của Chiêm Thành. Năm 1404 nhà Hồ cử 20 vạn quân thủy bộ vào đánh Chiêm Thành. Quân nhà Hồ bao vây thành Chà Bàn, nhưng 9 tháng vẫn không hạ được. Hết lương thực quân Hồ phải rút về.

NHÀ HỒ TRƯỚC CUỘC XÂM LĂNG CỦA NHÀ MINH

Vào năm 1405, Bắc triều lúc đó thuộc về nhà Minh, là một đế quốc hùng mạnh do Minh Thành Tổ cai trị. Nhà Minh sai sứ sang đòi Đại Việt phải trả lại 7 trại Mãnh Nam đã chiếm đoạt của nước Tàu trước đây. Trước thế mạnh của phương Bắc, nhà Hồ đã phải nhượng bộ. Sau đó nhà Minh lại sai sứ sang đòi phải cắt thêm đất Lạng sơn, Lộc Châu. Thượng Hoàng Hồ Quý Ly phải nhượng bộ một lần nữa, mặc dù phải cắt thêm 59 thôn tại Cổ Lâu nhường cho nhà Minh nhưng đồng thời ngấm ngầm chuẩn bị lực lượng phòng chiến tranh với Tàu.

Ngay từ khi chưa đoạt ngôi nhà Trần, Hồ Quý Ly đã đặc biệt coi trọng việc phát triển binh bị. Mong ước của ông là làm sao có được một đạo quân 100 vạn lính để có sức đối chọi với phương Bắc. Nhà Hồ cũng chuẩn bị những phương tiện quân sự đặc biệt như loại thuyền đinh 2 tầng, ngụy trang là thuyền chở lương thực nhưng là chiến thuyền có thể di chuyển nhanh và xoay trở dễ dàng. Súng thần công do Tả Tướng Quốc Hồ Nguyên Trừng sáng chế là loại đại bác có sức công phá vượt trội so với các võ khí đương thời. Vua Hồ Hán Thương cũng lập ra bốn cơ sở sản xuất khí cụ để trang bị cho binh lính.

Nhà Hồ cho quân đóng giữ các nơi hiểm yếu dự phòng quân Minh có thể tiến qua, xây thành Đa Bang để tập trung quân chống giữ không cho giặc tiến về Đông Đô. Tại các cửa sông và cửa biển, sai chặt cây và cắm cọc để ngăn cản địch di chuyển.

Dọc mé Nam sông Hồng, cho đóng cọc suốt nhiều trăm dặm để ngăn chặn thuyền địch.

Triều đình cũng cho lập các nhà trú ẩn trong rừng rậm để khi có chiến tranh dân có thể rút về, mang theo gia súc và lúa gạo tạo chiến thuật vườn không đồng trống. Cuộc chuẩn bị của nhà Hồ thực hiện rất kỹ lưỡng nhưng họ cũng biết một điều bất lợi lớn đó là không được sự ủng hộ, tuân phục của dân chúng.

CÁC GIAI ĐOẠN XÂM LĂNG CỦA NHÀ MINH

Đưa Trần Thiêm Bình về nước ngụy danh để tái lập nhà Trần

Tháng 4 năm 1406 Minh triều mang quân đưa Trần Thiêm Bình về nước, lấy cớ buộc Thượng Hoàng và vua Hồ Hán Thương phải trả lại ngôi báu cho nhà Trần. Trần Thiêm Bình vốn là gia nhân của tôn thất nhà Trần, trốn qua Tàu mạo nhận là con của vua Trần Nghệ Tông để xin cầu viện nhà Minh. Khi toán quân Minh do Nguyễn Trung cầm đầu đi hộ tống Trần Thiêm Bình tới khu vực Lãnh Kênh thì giao tranh với quân nhà

Hồ, quân Minh thua phải rút về nước, Trần Thiêm Bình bị vua Hồ Hán Thương bắt giết chết.

Cuộc xâm lược do Trương Phụ cầm đầu

Tháng 8 năm 1406, Nhà Minh huy động số đông tướng tài cầm đầu đạo quân xâm lăng lên tới 80 vạn sang xâm chiếm Đại Việt qua hai ngả Quảng Tây và Vân Nam. Nhà Minh cũng sai sứ qua Chiêm Thành hẹn cùng tấn công Đại Việt từ phía Nam.

Tới tháng 11 năm 1406, cánh quân đi theo ngả Quảng Tây tiến vào nước ta qua ngả Lạng Sơn. Hai bên giao chiến ác liệt. Quân Minh treo biển kể tội Hồ Quý Ly giết vua và qua Đại Việt để lập lại ngôi nhà Trần.

Quân Minh tiến tới ải Khả Lựu thì gặp quân nhà Hồ và đánh chiếm được ải này. Khi tới Chi Lăng, quân Minh gặp kháng cự mãnh liệt của quân nhà Hồ với súng tự chế giết hại được rất nhiều địch, nhưng sau khi bên ta hay tin thất trận tại Khả Lựu thì mất tinh thần và tan rã.

Vài hôm sau, đại quân nhà Minh tiến tới phía Bắc sông Hồng, vùng Đa Phúc (Phúc Yên) thì dừng lại đợi cánh quân từ Vân Nam tới.

Cánh quân Vân Nam do Mộc Thạch chỉ huy qua đường núi, chiến thắng nhanh chóng, tiến tới sông Lô (Tuyên Quang) rồi xuôi về ngã ba Bạch Hạc định tiến vào sông Hồng.

Quân nhà Hồ do Hồ Nguyên Trừng chỉ huy rút về tuyến phòng thủ Đa Bang tại phía Nam sông Hồng và chống cự mãnh liệt khiến quân Minh không tiến được. Nhà Hồ cũng áp dụng chiến thuật thanh dã, di chuyển toàn bộ dân chúng và lúa gạo bên bờ phía bắc sông Hồng, đợi quân Minh cạn lương và mỏi mệt vì bệnh tật do lạ khí hậu sẽ phản công.

Để tránh gặp lại cảnh bị tiêu hao như các cuộc xâm lăng thời Tống, Minh chủ hạ lệnh cho Trương Phụ và Mộc Thạnh phải gấp rút chiến thắng trước mùa xuân năm 1407.

Bọn Trương Phụ, Mộc Thạnh dùng tâm lý chiến kể tội Hồ Quý Ly, kích động binh lính, dân chúng khiến những người không phục nhà Hồ như Mạc Địch, Mạc Thúy, Nguyễn Huân ra hàng quân Minh.

Trương Phụ một mặt làm kế nghi binh, tại vùng Gia Lâm, ban đêm nổi lửa bắn súng làm như chuẩn bị vượt sông, rồi lợi dụng lúc bên tướng nhà Hồ sơ hở, đêm 19 tháng 01 năm 1407 Trương Phụ đánh úp nhà Hồ tại bãi Mộc Hoàn. Sau đó dùng cầu phao vượt sông tấn công thành Đa Bang.

Quân Hồ dùng voi trận phản công nhưng voi bị súng thần cơ phía quân Minh bắn, hoảng sợ bỏ chạy, quân Minh tràn vào chiếm được thành.

Phòng tuyến các nơi của quân nhà Hồ đều bị tan rã, ba hôm sau thì quân Minh chiếm được Thăng Long.
Các quan lại tại Thăng Long và các lộ phần lớn đều ra hàng, trong khi đó Hồ Nguyên Trừng bị cánh quân của Mộc Thạnh đánh đuổi chạy tới cửa Định An (Nam Định).

Tháng 4, quân Minh ngã bệnh do không quen khí hậu, Tả Tướng Quốc Hồ Nguyên Trừng cùng vua Hồ Hán Thương đem đại quân thủy bộ ra tấn công quân Minh tại Hàm Tử. Hai bên giao chiến ác liệt nhưng cuối cùng quân nhà Hồ đã bị bộ binh, kỵ binh của Trương Phụ và thủy binh của Liễu Thăng đánh tan phải chạy về nam. Quân Minh đuổi theo cho tới Thanh Hóa thì bắt được thượng hoàng Hồ Quý Ly vào ngày 19 tháng 6. Hôm sau, tướng quốc Hồ Nguyên Trừng và vua Hồ Hán Thương cũng bị bắt.

Tháng 7, Trương Phụ sai Liễu Thăng áp giải cha con họ Hồ cùng tướng tá, gia quyến về Tàu. Hồ Quý Ly sau đó bị đầy đi làm lính tại Quảng Tây và chết tại đó. Riêng Hồ Nguyên Trừng vì có biệt tài chế tạo súng thần cơ nên được trọng dụng để dạy lại kỹ thuật cho quân Minh.

Sự thất bại của nhà Hồ không phải là vì thiếu người tài giỏi mà vì thuật cai trị không thu phục được muôn dân. Trong khi lòng dân vẫn còn trung thành với nhà Trần, sự bất mãn trước việc họ Hồ chiếm đoạt ngôi nhà Trần đã khiến dân chúng dễ bị mắc mưu giặc, tin vào lời hứa hẹn của quân Minh qua Đại Việt diệt họ Hồ để tái lập nhà Trần. Sau thời nhà Hồ, nước Đại Việt lại bị sát nhập vào lãnh thổ nước Tàu với thời kỳ Bắc thuộc lần thứ tư kéo dài 20 năm.

Chế độ cai trị của nhà Minh và các cuộc khởi nghĩa đầu tiên

Năm 1407 công cuộc chống xâm lăng của Việt Nam bị thất bại. Tiếp theo sự sụp đổ của nhà Hồ, nước ta lại rơi vào tay nước Tàu sau 500 năm giành được quyền tự chủ, khởi đầu thời ký Bắc thuộc thứ tư, kéo dài 20 năm.

Quốc hiệu nước Đại Việt bị hủy bỏ, cả nước chỉ được coi là một quận thuộc Tàu với tên gọi là Giao Chỉ quận. Nhà Minh thi hành chính sách đồng hoá dân tộc và bóc lột tàn bạo. Chúng đặt ra hàng trăm thứ thuế nặng nề. Phụ nữ, trẻ em bị bắt đưa về Tàu làm nô tì. Các phong tục tập quán của người Việt bị cấm cản, các sách quý do người Việt viết đều bị thiêu hủy hoặc mang về Tàu. Chúng áp dụng phương sách "dĩ di trị di" để gây chia rẽ làm yếu sức mạnh đoàn kết của dân tộc Việt.

Tuy nhiên, cũng trong thời kỳ này nhà Minh lại rơi vào một cuộc nội chiến kéo dài với các thế lực chống đối nhau bên Tàu vì vậy những chính sách đồng hóa của nhà Minh không đạt được hoàn toàn tác dụng và các giá trị văn hóa người Việt vẫn giữ lại được phần nào.

Guồng máy hành chánh tại Đại Việt dưới sự cai trị của nhà Minh

Theo tư liệu của nhà Minh, quận Giao Chỉ là dải đất Đông Tây rộng 1.760 dặm, Nam Bắc dài 2.800 dặm với số dân bản địa 3.120.000 người và 2.087.000 "dân man". Quận Giao Chỉ, chia ra làm 17 phủ là: Giao Châu, Bắc Giang, Lạng Giang, Lạng Sơn, Tân An, Kiến Xương, Phong Hóa, Kiến Bình, Trấn Man, Tam Giang, Tuyên Hóa, Thái Nguyên, Thanh Hóa, Nghệ An, Tân Bình, Thuận Hóa, Thăng Hoa, và 5 châu trực thuộc gồm: Quảng Oai, Tuyên Hóa, Qui Hóa, Gia Bình, Diễm Châu. Dưới phủ là châu và huyện.

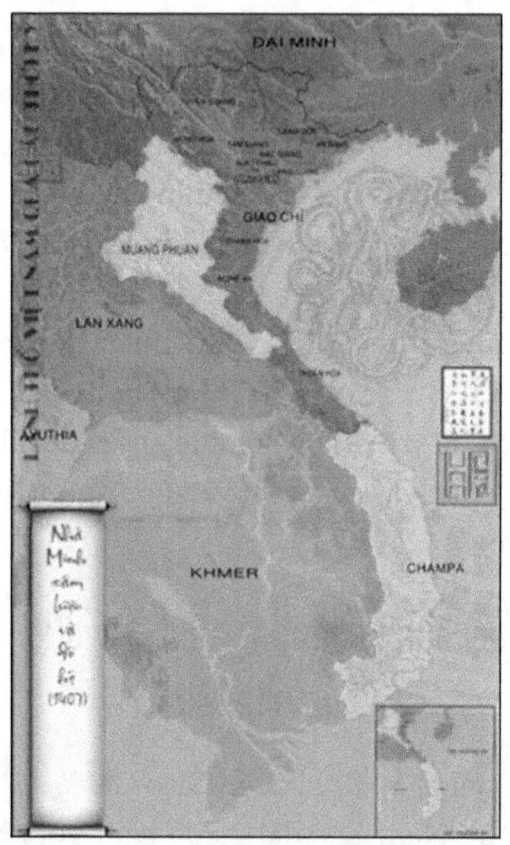

Giao Chỉ dưới thời nội thuộc nhà Minh

Bộ máy hành chính quận Giao Chỉ gồm ba cơ quan được gọi là Tam Ty: Bố Chánh Ty coi về hành chánh và tài chánh, Chưởng Đô Ty tổ chức và chỉ huy quân đội và Đề Hình Ty lo về tư pháp. Các ty này trực thuộc triều đình nhà Minh bên Tàu. Dưới các ty là hệ thống chính quyền địa phương tại phủ, châu và huyện.

Trên những đường giao thông quan trọng, cứ 10 dặm lại thiết lập 1 trạm để chuyển vận các công văn khẩn cấp, tổng cộng lúc đó có 374 trạm để thông tin giữa các phủ huyện, ứng phó lẫn nhau và duy trì liên lạc thường xuyên với triều đình bên Tàu.

CHÍNH SÁCH ĐỒNG HÓA CỦA NHÀ MINH TẠI ĐẠI VIỆT

Trong chính sách đồng hoá, nhà Minh dùng nhiều thủ đoạn để hủy diệt nền văn hoá dân tộc của nước ta. Đối với các phong tục tập quán của dân chúng, giặc tìm mọi cách cưỡng bức nhằm thay đổi các cá tính dân tộc như cấm con trai con gái không được cắt tóc, đàn bà con gái phải mặc quần dài, áo ngắn theo lề lối đúng như dân của họ. Tại các phủ, châu, huyện phải lập văn miếu, lập bàn thờ bách thần để bốn mùa tế tự giống như bên Tàu...

Trước lúc xuất quân, Minh Thành Tổ đã ra lệnh cho bọn tướng xâm lăng: *"Khi tiến quân vào thành An Nam thì chỉ trừ những bản kinh và sách về Thích, Đạo không huỷ, còn tất cả các bản in sách, các giấy tờ cho đến sách học của trẻ con như loại "thượng, đại, nhân, ất, kỉ", thì nhất thiết một mảnh giấy, một chữ đều phải thiêu hủy hết. Trong nước ấy, chỉ có những bia do Trung Quốc dựng lên ngày trước thì để lại, còn những bia do An Nam lập ra thì phải phá cho hết, một chữ cũng không được để lại".*

Năm 1409, phần lớn các sách điển chương, luật lệ, các tác phẩm lịch sử, văn học, địa lý, quân sự viết tại Đại Việt trong các thời đại trước đã bị tịch thu đem về Tàu. Tổng cộng các sử sách, đồ thư và truyện ký đưa về Kim Lăng bao gồm 157 quyển và 6 bộ. Hiện nay, không thấy quyển nào nữa, thật là một thiệt hại lớn cho người nước mình.

Tháng 8 năm 1418 nhà Minh lại cử người sang nước ta lục soát những sách vở còn sót lại để đem về Tàu.

Ngoài chủ trương hủy diệt các tài liệu văn hóa trong xã hội Đại Việt, Minh triều còn cho nhập vào nước ta các tác phẩm căn bản như Tứ Thư, Ngũ Kinh, Tinh Lý và lập Tăng Đạo để truyền bá rộng ra cho dân chúng đạo Phật và đạo Lão ngoài việc giảng dạy Nho giáo. Tất cả đều trong mưu đồ xoá bỏ nếp sống và tư tưởng dân Đại Việt, biến Đại Việt thành một bộ phận của Tàu.

CHÍNH SÁCH LAO DỊCH CỦA MINH TRIỀU ĐỐI VỚI DÂN ĐẠI VIỆT

Trong quân lính, bên cạnh số binh sĩ nhà Minh phái sang, chúng cũng tuyển mộ khá nhiều thổ binh. Theo quy định năm 1415, từ Thanh Hoá trở vào, cứ hai suất đinh chúng bắt một suất lính; từ Thanh Hoá trở ra, ba suất đinh bắt một suất lính. Số thổ binh này được chia về các vệ sở, đóng lẫn lộn với quân Minh để dễ bề kiểm soát.

Số lượng thổ quan, thổ binh chiếm một tỉ lệ đáng kể trong bộ máy đô hộ của nhà Minh, nhưng chính kẻ thù cũng phải thú nhận rằng: "đầu mục Giao Chỉ có kẻ đã hàng rồi lại phản, phản rồi lại quy phục" và thổ binh thì "khi chiến đấu thường hai lòng, không chịu hết sức". Vì vậy đa phần thổ binh chỉ được dùng vào việc khai thác đồn điền tới kiệt lực để sản xuất lương thực nuôi quân chiếm đóng. Lúc bấy giờ, khắp nước lưu truyền rộng rãi một lời nguyền: "Muốn sống đi ẩn rừng ẩn núi, muốn chết làm quan triều Minh".

Năm 1407, riêng Trương Phụ đã bắt trên 7.700 người phần nhiều là thợ thủ công đem về Tàu làm nô dịch. Quân Minh còn lùng bắt hàng loạt dân Việt gồm phường nhạc, thầy thuốc, phụ nữ, thanh thiếu niên trai trẻ tuấn tú đem về Tàu phục vụ cho triều đình và quan lại nhà Minh hoặc bán làm nô tì.

Năm 1405, nhà Minh tiến hành việc dời đô lên Bắc Kinh (Beijing), trong 3 năm liền họ phải huy động sức người sức của của cả nước để xây dựng kinh thành mới. Trong số đó có nhiều dân phu và thợ thủ công từ Đại Việt qua lao dịch. Nguyễn An, một kiến trúc sư tài giỏi nước Đại Việt bị chúng cưỡng bức suốt đời làm việc cho chúng.

Tại vùng biển, những nơi có ngọc trai như Vân Đồn, Tĩnh An, nhà Minh đốc thúc dân phu đi mò ngọc. Mỗi ngày hàng ngàn người phải lặn xuống đáy biển để mò ngọc. Dân phu trong các việc khai thác kinh tế này phải làm việc dưới roi vọt và những hình phạt tàn nhẫn khiến rất nhiều người đã bỏ mạng.

CHÍNH SÁCH VƠ VÉT TÀI NGUYÊN CỦA NHÀ MINH

Để vơ vét tài nguyên và sức người, nhà Minh thiết lập một mạng lưới đánh thuế, cứ mỗi mẫu ruộng phải nộp năm thăng thóc, mỗi mẫu bãi để trồng dâu phải nộp một lạng tơ và mỗi cân tơ phải nộp một tấm lụa. Nhưng thuế ruộng không phải là thứ thuế độc nhất mà nhà Minh áp đặt tại nước ta.

Ngoài thuế ruộng ra, chúng còn đặt nhiều thứ thuế khác để bóc lột mọi tầng lớp dân chúng. Tất cả các ngành nghề thủ công và buôn bán đều bị đánh thuế. Ngoài ra còn những thứ thuế đánh vào nghề săn bắn, đánh cá và lâm sản. Trong các thứ thuế này, thuế muối là nặng nhất. Minh triều nắm độc quyền buôn bán muối, dùng muối để đổi lấy vàng bạc và kiểm soát đời sống người dân.

Ngoài chế độ thuế khóa, người dân còn phải nộp các sản vật quý như: hồ tiêu, sừng tê giác, ngà voi, quế tốt, hương liệu, hươu trắng. Năm 1415, triều đình Minh đặc biệt chú trọng đến việc khai thác kinh tế tại miền núi. Những nơi có mỏ vàng, mỏ bạc dân phu phải làm việc cơ cực để phục vụ cho nhà Minh.

GIẢN ĐỊNH ĐẾ VÀ CUỘC KHỞI NGHĨA ĐẦU TIÊN CHỐNG LẠI NHÀ MINH

Sau khi diệt xong được họ Hồ, Trương Phụ treo bảng kêu gọi con cháu nhà Trần ra làm quan. Biết rõ ý đồ của nhà Minh là giả dối nhằm truy cùng giết tuyệt cho hết người tài giỏi nên không ai ra mặt.

Lúc bấy giờ con thứ của Trần Nghệ Tông là Trần Quỹ trước được Nghệ Tông phong làm Giản Định Vương, sang thời Hồ Quý Ly trốn vào bến Yên Mô (nay thuộc tỉnh Ninh Bình). Tại đây, Trần Quỹ gặp Trần Triệu Cơ vốn đang sửa soạn nổi dậy. Trần Triệu Cơ liền tôn Trần Quỹ làm minh chủ.

Tháng 10 năm 1407, Trần Quỹ xưng là Giản Định Đế nối nghiệp nhà Trần, đặt niên hiệu là Hưng Khánh, thường được gọi là Hậu Trần. Tuy nhiên, vì vừa mới nổi lên chưa kịp tổ chức và xây dựng căn cứ thì bị quân Minh đến đánh nên Giản Định Đế thua to phải chạy vào Nghệ An.

Cùng lúc đó, tại miền Bắc, có nhiều cuộc khởi nghĩa nổ ra nhưng đều bị nhà Minh đánh bại. Các lãnh tụ của những lực lượng này chạy vào Nam theo vua Giản Định khiến cho quân thế Giản Định Đế mạnh thêm. Tháng 12 năm 1407, Giản Định Đế sai những lãnh tụ mới theo mình như Phạm Chấn, Trần Nguyên Tôn, Trần Dương Đinh mang nghĩa binh ra vùng Bình Than, Đông Triều xây dựng căn cứ. Nhưng chưa làm xong đã bị quân Minh kéo đến. Nghĩa quân chống cự không nổi lại phải chạy về lại Nghệ An. Tại đây Giản Định Đế được hai cựu thần nhà Hồ, được quân Minh lưu dụng, là Đặng Tất và Nguyễn Cảnh Chân theo về, giúp Giản Định Đế đánh chiếm được toàn bộ từ Thanh Hóa tới Hóa Châu.

Quân nhà Minh đem tin ấy về báo cho Minh Thành Tổ, Thành Tổ sai Mộc Thạnh cùng với Binh Bộ Thượng Thư Lưu Tuấn, mang quân từ các tỉnh Vân Nam, Tứ Xuyên và Quí Châu (Yunnan, Szechuan và Guizhou) để phối hợp với Lữ Nghi tại Đông Đô để đánh dẹp quân khởi nghĩa.

Mộc Thạnh và Lữ Nghi tiến quân vào đánh Giản Định Đế. Hai bên giao chiến Tại Bô Cô, Giản Định Đế tự cầm trống thúc quân khiến tướng sĩ ai nấy tăng thêm nhuệ khí hết sức chiến đấu phá tan được quân nhà Minh, chém được Thượng Thư Lưu Tuấn, Đô Ty Lữ Nghi, Tham Chính Ty Bố Chính Lưu Dục, Đô Chỉ Huy Sứ Liễu Tống cùng vô số quân Minh. Mộc Thạnh và một số tàn quân chạy thoát về thành Cô Lộng. Trận thắng Bô Cô là chiến thắng lớn nhất, oanh liệt nhất của nghĩa binh trong cố gắng đuổi giặc Minh ra khỏi bờ cõi.

Bấy giờ Giản Định Đế muốn thừa thắng đánh tràn ra để lấy lại Đông Quan (tức Đông Đô, Hà Nội). Nhưng Đặng Tất ngăn lại, muốn đợi để quân các lộ về hội đông đủ, rồi sẽ ra đánh. Từ đó vua tôi không được hòa thuận. Giản Định Đế lại nghe người nói dèm pha mà nghĩ rằng Đặng Tất không muốn đánh lấy Đông Quan vì có ý khác. Vì vậy Giản Định Đế bắt Đặng Tất và quan tham mưu là Nguyễn Cảnh Chân đem giết đi, thành ra ai cũng chán nản, không có lòng phò nhà Vua nữa. Sau khi cha mình bị giết, con trai của hai tướng công là Đặng Dung và Nguyễn Cảnh Dị bỏ đi, đem quân về Thanh Hóa đón Nhập Nội Thị Trung Trần Quý Khoáng lập làm vua tại Chi La, Nghệ An, tức là Trùng Quang Đế.

Để tránh tình trạng phân tán lực lượng, Trùng Quang Đế sai tướng Nguyễn Súy mang quân đánh úp bắt Giản Định Đế về, tôn làm Thái Thượng Hoàng, cùng chung sức đánh giặc.

Được tin Mộc Thạnh thất trận, nhà Minh điều Trương Phụ mang 47.000 quân, cộng thêm với quân lấy từ các vệ ở vùng Hoa Bắc sang cứu viện. Tháng 12 năm 1409 Trương Phụ mang quân bắt được Giản Định Đế và áp giải về Nam Kinh (Tàu) sau đó sát hại.

Tháng 7 năm 1411, quân Minh giao chiến với quân Hậu Trần ở cửa sông Thần Đầu. Quân Hậu Trần có khoảng 400 chiến thuyền, nhưng không độ lại được với hỏa lực quân Minh nên phải rút lui. Các tướng Đặng Tôn Đắc, Lê Đức Di, Nguyễn Trung và Nguyễn Hiên bị bắt, 120 chiến thuyền bị địch lấy mất.

Thừa thắng, Trương Phụ tiến binh vào Diễn Châu, Nghệ An, Tân Bình và chia quân trấn giữ. Trùng Quang Đế và các tướng phải chạy về Hóa Châu.

Như vậy, từ thành Đông Quan quân Hậu Trần dần dần yếu thế phải lui binh về phía nam trước sự tham chiến của đạo quân viện binh hùng hậu và viên danh tướng Trương Phụ. Hóa Châu là mảnh đất cố thủ cuối cùng của quân Hậu Trần.

Tháng 6 năm 1413 quân Trương Phụ vào đến Nghệ An, quan Thái Phó nhà Hậu Trần là Phan Quí Hữu ra hàng nhưng sau mấy hôm thì chết. Trương Phụ phong cho con của Phan Quí Hữu là Phan Liêu làm Tri Phủ Nghệ An. Phan Liêu vì muốn lập công, nên đã khai cho Trương Phụ biết lực lượng Hậu Trần có bao nhiêu quân, số tướng tá tài giỏi và địa thế toàn vùng ra sao. Trương Phụ bèn hội chư tướng quyết ý đánh Hóa Châu. Mộc Thạnh can: "Hóa Châu núi cao biển rộng khó lấy lắm". Trương Phụ không nghe, nhất định đánh, rồi truyền cho quân thủy bộ tiến vào đánh Hóa Châu.

Tháng 9 năm 1413, quân Trương Phụ vào đến Hóa Châu, Nguyễn Súy và Đặng Dung nửa đêm đem quân đến đánh trại Trương Phụ. Đặng Dung đã vào được thuyền của Trương Phụ, muốn bắt sống tướng giặc nhưng vì không biết mặt, cho nên Trương Phụ kịp nhảy xuống sông lấy thuyền nhỏ mà chạy thoát thân. Sau đó Trương Phụ đem binh đánh úp lại. Quân Đặng Dung cự không nổi phải bỏ chạy. Nguyễn Súy buộc phải trốn vào châu Nam Linh. Nguyễn Cảnh Dị bị Trương Phụ bắt giết. Trùng Quang Đế biết thế quá yếu không thể chống với quân Minh được nữa phải rút vào trong rừng núi.

Ít lâu sau vua tôi nhà Hậu Trần đều bị bắt và giải về Bắc Kinh. Giữa đường, các tướng cùng Trùng Quang Đế và Đặng Dung nhảy xuống biển tự vẫn.

Cuộc khởi nghĩa của nhà Hậu Trần và các cuộc khởi nghĩa khác tuy thất bại, nhưng là tấm gương hy sinh chiến đấu của những liệt sĩ trong phong trào kháng cự bất khuất của dân Đại Việt trước giặc phương Bắc.

MƯỜI NĂM KHÁNG CHIẾN CỦA LÊ LỢI ĐÁNH ĐUỔI QUÂN MINH GIÀNH LẠI ĐỘC LẬP

Sau khi sáp nhập được Đại Việt vào nước Tàu năm 1408, nhà Minh mất 7 năm mới dẹp tan được các cuộc nổi dậy của dân Việt. Từ đó họ thẳng tay vơ vét nhân lực và tài nguyên của nước ta khiến dân tình vô cùng cực khổ, phẫn uất, tinh thần nổi dậy càng thêm nung nấu.

Lúc bấy giờ, Lê Lợi là một điền chủ lớn vùng Lam Sơn tỉnh Thanh Hóa, tổ tiên ông đã tới khai khẩn vùng này từ nhiều thế hệ.

Đến đời Lê Lợi thì thế lực họ Lê trong vùng đã rất lớn, khiến cả quan lại nhà Minh cũng nghe tiếng và nhiều lần dụ dỗ ông ra làm quan nhưng ông đã từ chối. Ông thường nói rằng: "*Làm trai sinh ở trên đời, nên giúp nạn lớn, lập công to, chứ sao lại bo bo làm đầy tớ người*".

Lê Lợi ẩn náu tại vùng Lam Sơn, chiêu mộ nghĩa binh và hào kiệt đương thời chuẩn bị ngày khởi nghĩa.

DỰNG CỜ KHỞI NGHĨA VÀ XÂY DỰNG LỰC LƯỢNG

Ngày 14 tháng Hai năm 1418, Lê Lợi dựng cờ khởi nghĩa tại Lam Sơn, xưng là Bình Định Vương, truyền hịch đi các nơi kêu gọi dân chúng cùng nổi lên giết giặc cứu nước.

Nhà Minh liền sai tướng Mã Kỳ đem quân lên đánh dẹp. Vì lực lượng nghĩa quân còn yếu, Lê Lợi phải bỏ Lam Sơn rút về Lạc Thủy. Bị truy kích tiếp, ông phải chạy về núi Chí Linh ẩn nấp, vợ con đều bị giặc bắt.

Sau hơn một năm khôi phục lại lực lượng, Lê Lợi kéo quân về Tây Đô tấn công quân nhà Minh. Sau một chiến thắng nhỏ, bị viện binh của quân Minh phản công, nghĩa quân phải rút trở về Chí Linh và bị địch bao vây ngặt nghèo.

Tình thế nguy kịch khiến tướng quân Lê Lai quyết định đóng giả làm Bình Định Vương dụ giặc để cho Lê Lợi trốn thoát.

Nhờ Lê Lai hy sinh, Bình Định Vương mới thoát hiểm trở về căn cứ thuộc vùng thượng lưu sông Mã xây dựng lại lực lượng tiếp tục công cuộc kháng chiến.

Trong thời gian 2 năm 1418-1420, rất nhiều cuộc khởi nghĩa kháng Minh khác đã diễn ra khắp nước khiến quân Minh lúng túng phân tán lực lượng. Bình Định Vương nhờ vậy có điều kiện củng cố thêm lực lượng. Đầu năm 1420 Bình Định Vương kéo quân về tấn công Tây Đô lần thứ hai.

Trong chiến dịch này nghĩa quân chú trọng vào việc tiêu diệt các cánh quân tiếp viện của địch nên đã thắng nhiều trận phục kích lớn tại Thi Lang, Ủng Ải, phá vỡ các cánh quân của Lý Bân và Trần Trí.

Mặt khác, các tướng Lê Sát và Lê Hào của nghĩa quân đã đánh chiếm được trại Quan Du, diệt được nhiều giặc và thu nhiều khí giới. Sau chiến thắng này quân Minh ở Tây Đô và các đồn trại không dám ra giáp chiến mà chỉ cố thủ chờ viện binh.

Tuy nhiên, đến tháng 3 năm 1422, cánh quân Trần Trí nhờ đã dẹp tan các cuộc nổi dậy khác và còn tranh thủ được sự hợp tác của quân Lào, đã mở cuộc phản công lớn, đánh đuổi và vây hãm nghĩa quân tại Khôi Sách.

Lê Lợi họp quân sĩ lại nói rằng: *"Giặc vây ta bốn mặt, có muốn chạy cũng không có lối nào. Đây chính là tử địa mà binh pháp đã nói, đánh nhanh thì sống, không đánh nhanh thì chết".*

Các tướng sĩ đều xúc động quyết liều chết chiến đấu. Nghĩa quân chém được tướng Minh là Phùng Quý và giết chết hơn một nghìn quân địch.

Mã Kỳ và Trần Trí phải chạy về Đông Đô (Hà Nội ngày nay), quân Lào cũng bỏ trốn. Lê Lợi cho rút quân về phục tại Chí Linh giữ sức.

Từ khi rút về Chí Linh, lương thực ngày một cạn kiệt, quân lính chỉ ăn rau cỏ, voi ngựa phải làm thịt ăn gần hết, trong quân đã có người bỏ trốn. Lê Lợi thấy không thể tiếp tục cầm cự nên cho sứ giả mang thư đến dinh Mã Kỳ xin hòa, không tấn công lẫn nhau.

Phía quân Minh thấy đánh tiếp cũng không lợi nên chấp thuận. Thời gian hai bên tạm giảng hòa kéo dài khoảng năm rưỡi.

Trong thời gian này phía Mã Kỳ gửi tặng trâu bò, gạo muối và nhận vàng bạc đáp lễ từ phía Lê Lợi.

CHIẾN DỊCH PHẢN CÔNG

Nhằm biến tình trạng hòa hoãn thành quy thuận, vào tháng 10 năm 1424 Minh triều phong cho Lê Lợi chức Tri Phủ Thanh Hóa nhưng bị ông từ chối. Quan hệ hoà hoãn chấm dứt, hai bên chuẩn bị tấn công nhau.

Theo kế sách của Nguyễn Chích, thay vì tiến ra phía Bắc thì nghĩa quân kéo về phía Nam chiếm cho được Nghệ An để mở rộng căn cứ địa. Nhà Minh cho Trần Trí đuổi theo tấn công. Quân Lê Lợi lợi dụng lúc trời tối phục kích đánh úp lực lượng của quân Minh, giặc đại bại trong trận này. Trần Trí phải lui quân vào thành Nghệ An cố thủ.

Trong các trận giao tranh với quân Minh, Lê Lợi thường hay dùng mưu kế để chiến thắng quân thù.

Tại ải Khả Lưu bên dòng sông Lam, nghĩa quân chọn một nơi tại thượng nguồn, ban ngày dựng cờ đánh trống, đêm đốt lửa như một nơi đóng quân quan trọng. Khi quân Minh kéo tới tấn công, vào lúc vượt qua nơi hiểm yếu, thì nghĩa quân đã mai phục sẵn trên đường đổ ra phục kích, quân địch bị thiệt hại nặng nề.

Trong trận Bồ Ái thì ngược lại, nghĩa quân đốt doanh trại bỏ đi, sau tìm đường tắt quay lại núp trong vùng. Phía Trần Trí tưởng Bình Định Vương đã bỏ đi thật bèn tiến quân vào địa điểm doanh trại cũ của Vương, sau đó đuổi theo truy kích thì bị nghĩa quân mai phục sẵn ở một nơi hiểm yếu tại Bồ Ái đổ ra tấn công. Trận này quân của Bình Định Vương thắng lớn, sách Lam Sơn Thực Lục mô tả là *"thây chết đuối tắc cả dòng sông. Khí giới vất đầy ra giữa núi".*

Sau trận Bồ Ái, dân chúng phía Nam nức lòng theo Bình Định Vương. Đất Nghệ An đã thành hậu cứ của nghĩa quân Lê Lợi từ đó. Toàn bộ vùng Nghệ An, quân Minh chỉ còn cố thủ hai thành Nghệ An và Diễn Châu nhưng bị bao vây, cô lập. Dân chúng khắp nơi đổ ra chào đón, ngả trâu bò làm tiệc khoản đãi nghĩa quân, nói rằng: *"Không ngờ ngày nay lại thấy uy nghi nước cũ".*

Vương bèn xuống lệnh rằng:

"Dân ta lâu nay phải khổ sở vì chính trị hà ngược của giặc, cho nên hễ đi tới châu huyện nào cũng không được phạm đến mảy may của dân. Nếu không phải là trâu bò lúa gạo của giặc thì dẫu đói khổ cũng không được đụng chạm đến."

Trong khi đang vây thành Nghệ An, vào giữa năm 1425, Vương phái 2 cánh quân. Cánh thứ nhất do Đinh Lễ tiến ra Bắc đánh thành Diễn Châu. Sau khi đánh chiếm được 300 thuyền lương của quân Minh tại đây, nghĩa quân một phần tiếp tục ở lại bao vây thành, phần kia tiến ra vây thành Tây Đô. Một cánh quân thứ nhì do Trần Nguyên Hãn chỉ huy đã tiến về phía Nam, kết hợp với thủy quân của Lê Ngân tiến đánh chiếm hai thành Tân Bình và Thuận Hóa. Tương quan quân sự từ Thanh Hóa trở vào phía Nam hoàn toàn ngả về phía Bình Định Vương, các quận huyện đều bị nghĩa quân chiếm, quân Minh bị bao vây trong các thành Tây Đô, Nghệ An và Diễn Châu.

TIẾN QUÂN RA BẮC

Sau khi làm chủ tình hình từ Thanh Hóa trở vào Nam, vào tháng 9 năm 1426 Bình Định Vương kéo quân ra Bắc theo ba đạo.

Đạo thứ nhất do các tướng Phạm Văn Xảo, Lý Triện chỉ huy tiến theo đường núi ra Ninh Bình rồi rẽ lên phía Tây Bắc ngả Quốc Oai, Tuyên Quang để chặn đường viện binh của quân Minh từ Vân Nam qua.

Đạo thứ hai do Lưu Nhân Chú, Bùi Bị chỉ huy tiến đánh ra các xứ Khoái Châu, Bắc Giang, Lạng Giang để chặn viện binh từ Lưỡng Quảng tới.

Đạo thứ ba gồm các tinh binh do Đinh Lễ và Nguyễn Xí chỉ huy đánh thẳng vào Đông Đô. Trong các trận tấn công này, nghĩa quân đã đạt được ba chiến thắng vẻ vang và quyết định tại Ninh Kiều, Tụy Động và Chi Lăng.

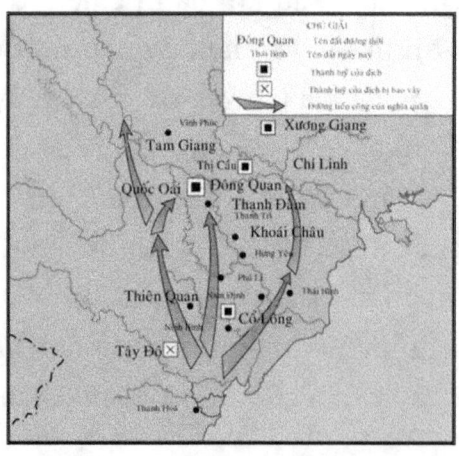

Ba cánh quân của Bình Định Vương tiến ra Bắc

Trận Ninh Kiều

Chiến thắng tại Ninh Kiều đã đạt được một cách bất ngờ. Cánh quân của Phạm Văn Xảo và Lý Triện có nhiệm vụ ngăn chặn viện binh Tàu từ Vân Nam sang, sau khi chiến thắng tại Quốc Oai thì tiến đến gần Đông Đô.

Tướng Minh là Trần Trí thấy nghĩa quân ít ỏi lại từ xa mới tới nên mang quân trong thành ra chặn đánh. Quân Lý Triện đầu tiên giả thua bỏ chạy, tới Ninh Kiều thì quay ngược lại phản công. Một phần do bất ngờ mà chính yếu là nhờ ở thiện chiến và ý chí mạnh mẽ của nghĩa quân, đại quân của Trần Trí đã bị số ít của Lý Triện đánh bại.

Khi hay tin cánh quân của Đinh Lễ và Nguyễn Xí, có nhiệm vụ tấn công Đông Đô chưa tới kịp, Lý Triện liền thẳng tiến vào Đông Đô. Trần Trí thua chạy vào cố thủ trong thành, tướng và quân Minh bị chém chết ngoài thành nhiều vô kể, lực lượng tấn công của quân Minh tại Đông Đô coi như bị tiêu diệt trong trận Ninh Kiều này.

Trận Tụy Động, tiêu diệt viện binh của Vương Thông.

Hay tin Trần Trí thua lớn tại Đông Đô, Minh triều cử thượng tướng Vương Thông mang đại quân sang quyết dẹp yên Giao Chỉ. Đạo quân của Vương Thông kéo qua tới Cổ Sở (thuộc Sơn Tây) hợp cùng các cánh quân của Trần Hiệp và Mã Kỳ đóng thành một trận tuyến dài nhiều dặm. Từ Ninh Kiều, hai tướng Lý Triện, Đỗ Bí đem quân và voi tới phục tại bến đò Cổ Lãm rồi nhử cho Mã Kỳ tấn công. Trận đó quân Minh bị thua hoàn toàn.

Mã Kỳ chạy thoát về căn cứ Cổ Sở hợp với quân của Vương Thông tìm cách phản công.

Phía Vương Thông tiên đoán thế nào nghĩa quân cũng đuổi theo nên phục binh sẵn.

Khi Lý Triện tới nơi, voi trận bị dẫm lên chông sắc không sao tiến được đồng thời bị phục binh địch đổ ra đánh, nghĩa quân bị thua, chạy về Cao Bộ, cố gắng cầm cự và cấp báo để cánh quân của Đinh Liệt, Nguyễn Xí tới cứu.

Trong khi chuyển quân, viện binh của Đinh Liệt bắt được một quân do thám của Vương Thông nên biết được phía địch đã cử một cánh quân vòng ra phía sau quân của Lý Triện, hẹn cùng đại quân của Vương Thông sẽ nổ súng làm hiệu để trước sau cùng sáp lại tiêu diệt lực lượng của Lý Triện.

Đinh Liệt, Nguyễn Xí liền mai phục tại Tụy Động, gần với Cao Bộ, rồi nửa đêm nổ súng để lừa quân của Vương Thông tràn tới. Bấy giờ đúng lúc trời mưa, quân Minh vừa tới Tụy Động thì bị nghĩa quân bốn mặt đổ ra đánh. Cả Thượng Thư Trần Hiệp và Nội Quan Lý Lượng đều bị chém chết tại trận, Vương Thông cùng tàn quân phải chạy vào thành Đông Đô cố thủ. Quân Minh một phần bị bắt sống, phần dẫm lên nhau mà chết hay ngã xuống sông chết đuối kể tới hàng ngàn, khí giới nghĩa quân đoạt được nhiều vô số kể.

Trận Tụy Động xảy ra vào tháng 10 năm 1426 là chiến công lừng lẫy nhất của Bình Định Vương Lê Lợi khi tiến quân ra Bắc.

Bao vây thành Đông Đô

Sau chiến thắng Tụy Động, vòng vây của nghĩa quân Lê Lợi khép chặt xung quang Đông Đô. Vương Thông thấy không thể cự lại được bèn cho người liên lạc với Lê Lợi, đề nghị kiếm con cháu nhà Trần phong vương, trả lại nước rồi rút về Tàu. Lê Lợi chấp thuận đề nghị này, kiếm hậu duệ của nhà Trần là Trần Cảo để Minh triều phong vương. Tuy nhiên Minh Triều không thực tâm nên ngấm ngầm tìm cách tiếp tục cuộc chiến. Vì thế đầu năm 1427 Bình Định Vương mở trận tổng tấn công quân Minh tại Đông Đô, trong trận này phía nghĩa quân bị nhiều thiệt hại đáng kể. Hai tướng quân Lý Triện và Đinh Liệt bị giặc giết. Tướng quân Nguyễn Xí bị bắt nhưng sau đó trốn thoát được.

Trận Chi Lăng, chấm dứt cuộc đô hộ của nhà Minh.

Ngay khi thua trận Tụy Động Vương Thông đã khẩn báo về Minh triều xin tiếp cứu.

Minh đế thất kinh liền sai An Viễn Hầu Liễu Thăng và nhiều danh tướng khác thống lĩnh 100.000 quân đi đường Quảng Tây (Guangxi) sang tiếp viện. Lại sai Đại Tướng Mộc Thạnh đem quân từ Thành Đô, bên Tứ Xuyên tiến sang qua ngả Vân Nam trợ lực cho cánh quân của Liễu Thăng.

Tháng 10 năm 1427 quân của Liễu Thăng tiến tới biên giới. Được tin viện binh của địch sắp sang, các tướng sĩ khuyên Bình Định Vương hãy đánh gấp hạ thành Đông Đô để tuyệt đường nội ứng, nhưng Vương không nghe, nói rằng: *"Việc đánh thành là hạ sách, nay ta cứ dưỡng uy sức nhuệ, đợi quân địch tới thì ra đánh. Viện quân mà thua thì quân trong thành phải ra hàng. Thế có phải làm một việc mà thành hai không?".*

Sau đó Vương ra lệnh cho dân chúng các vùng Lạng Giang, Bắc Giang, Tuyên Quang phải lánh đi nơi khác để tránh giao tranh, sai các tướng lĩnh tới trấn các ải xung yếu ở biên giới phía Bắc

Khi Liễu Thăng tới ải Phả Lũy, nghĩa quân không chống cự mà rút về Ái Lựu, sau đó lại rút tiếp về Chi Lăng. Tại Chi Lăng nghĩa quân đã bố trí phục binh chờ sẵn. Liễu Thăng thấy tiến quân vào không gặp trở ngại gì, trở nên kiêu căng khinh xuất. Tướng Trần Lựu mang quân ra kháng cự rồi giả thua chạy, Liễu Thăng dốc quân đuổi theo. Càng tiến sâu, địa thế trở nên hiểm trở. Khi Liễu Thăng xua quân tới núi Mã Yên thì phục binh của nghĩa quân Trần Lựu bắt đầu phản công. Quân Liễu Thăng kẹt vào vùng đất lầy lội không tiến, không lùi được. Liễu Thăng bị tử trận cùng toàn bộ đội kỵ binh tiên phong. Năm hôm sau quân tiếp ứng của Lê Lý, Lê Văn An tiến tới, hiệp lực cùng toán phục binh tràn tới tấn công quân Minh, giết được Phó Tổng Binh Lương Minh. Hai hôm sau Thượng Thư Lý Khánh bị vây hãm phải tự tử. Quân Minh vội chạy về thành Xương Giang nhưng nơi đây đã bị nghĩa quân đánh hạ mười hôm trước nên phải đóng quân ngoài ruộng. Tại đây một mặt chúng liên lạc xin quân từ Đông Đô và Tây Đô ra tiếp cứu, mặt khác giả bộ xin giảng hòa để chờ cơ hội. Bình Định Vương biết ý gian của địch nên cự tuyệt, rồi một mặt bố trí chặn đường tiếp viện, mặt khác tăng cường lực lượng quân phá giặc.

Ngày 3 tháng 11 năm 1427, đạo quân thiết kỵ của các tướng Phạm Vấn, Lê Khôi, Nguyễn Xí đột nhập được trại giặc, giết chết năm vạn quân Minh, bắt sống Thôi Tụ, Hoàng Phúc và ba vạn quân.

Mộc Thạnh bên cánh quân Vân Nam đang giao tranh cùng nghĩa quân tại ải Lê Hoa, nghe tin cánh quân của Liễu Thăng hoàn toàn bị tiêu diệt, lo sợ vội rút về Tàu.

Thấy viện binh bị đánh tan, Vương Thông thế cùng lực kiệt phải sai người sang dinh của Bình Định Vương xin giảng hòa một lần nữa và tình nguyện rút quân về nước.

Ngày 22 tháng 12 năm 1427, Vương Thông cùng các bộ tướng và toàn bộ quân chiếm đóng rút về Tàu, trao thành trì lại cho nghĩa quân. Cuộc chiến với nhà Minh đã kết thúc, Bình Định Vương sai Nguyễn Trãi làm bài Bình Ngô Đại Cáo để thông báo cho mọi người biết. Đây là một trong những áng văn chương có giá trị nhất trong văn học Việt Nam và còn được lưu truyền cho tới ngày nay.

HOÀNG CƠ ĐỊNH chủ biên

CHẾ ĐỘ QUÂN CHỦ THỜI LÊ

Sau khi giành được độc lập cho đất nước thoát ách đô hộ của nhà Minh, năm 1428, Lê Lợi chính thức lên ngôi Hoàng Đế, đặt quốc hiệu là Đại Việt, miếu hiệu là Thái Tổ. Như vậy, Lê Thái Tổ là một ông vua anh hùng có công đánh đuổi giặc Minh khôi phục lại đất nước. Tuy nhiên vì khởi nghiệp tại vùng Thanh Nghệ, trong một thời gian dài tùy thuộc vào người vùng này chống lại quân Minh, nhà vua dễ nghi ngờ những người từ miền Bắc theo vào vì có một số đại tộc miền này đã từng hợp tác với đối phương (trong mưu đồ khôi phục lại nhà Trần). Chính vì vậy dưới triều Lê Thái Tổ, trong bối cảnh nghi ngờ đó, đã xảy ra nhiều vụ giết hại công thần. Hai trường hợp được nhắc tới nhiều nhất lại không phải là người từ miền Bắc theo vào sau này, đó là các ông Trần Nguyên Hãn và Phạm Văn Xảo là những danh tướng đã theo phò Bình Định Vương từ buổi đầu.

NHỮNG VỊ VUA ĐẦU TIÊN VÀ VIỆC XÂY DỰNG CHẾ ĐỘ QUÂN CHỦ

Năm 1433, Lê Thái Tổ băng hà, thái tử Nguyên Long lên nối ngôi là Lê Thái Tông (1434 -1442). Thái Tông lên ngôi khi mới 11 tuổi nên quyền chính đều vào tay phụ chính là Lê Sát. Năm 1438, Thái Tông giết Lê Sát và trực tiếp nắm quyền. Năm 1442, Thái Tông đi thị sát tại Chí Linh. Khi về ghé vào Côn Sơn thăm Nguyễn Trãi. Khi Thái Tông về đến Gia Định thì băng hà. Cái chết đột ngột của Thái Tông đã dẫn đến vụ án Lệ Chi Viên nổi tiếng và đau lòng. Cả gia đình đại thần Nguyễn Trãi trung hiếu bị sát hại.

Thái Tông băng hà, thái tử Bang Cơ lúc đó mới lên 2 tuổi nối ngôi, tức Lê Nhân Tông (1443-1459). Trong thời kỳ Lê Nhân Tông mới lên ngôi, hoàng thái hậu nhiếp chính. Vì e sợ trước thế lực các quan triều cũ phản, nên thái hậu đã cho giết hại hàng loạt các công thần như Lê Khả, Lê Khắc Phục. Phải đến khi vua Nhân Tông chính thức cầm quyền mới cho phục hồi lại một số công thần bị giết oan, và cấp ruộng công điền cho con cháu Lê Sát, Lê Khả và Lê Khắc Phục.

Năm 1459, Nghi Dân là anh khác mẹ với vua Lê Nhân Tông, ám sát vua Lê Nhân Tông và thái hậu, cướp được ngôi báu. Tám tháng sau thì bị các công thần cũ của Thái Tổ phế truất, bắt tự tử. Năm 1460 các triều thần tôn con thứ tư của vua Lê Thái Tông là Bình Nguyên Vương Lê Tư Thành lên làm vua, tức Lê Thánh

Tông. Lê Thánh Tông là vị vua trị vì lâu năm nhất của triều Lê và đã hoàn thiện chế độ quân chủ.

Việc xây dựng chế độ quân chủ thời nhà Lê được thực hiện bằng các việc lớn sau:

Hủy bỏ chế độ nô lệ: Chính sách của các vua thời Lê là hạn chế việc nuôi nô tỳ, hủy bỏ từ từ chế độ nô lệ. Ngay khi lên ngôi, Lê Thái Tổ cho phép nô tỳ được chuộc thân để tự giải phóng. Luật thời Lê cũng định rõ, không được bán dân đinh làm nô tỳ, không được thích chữ vào mặt người nô tỳ. Cấm bán nô tỳ, voi ngựa ra nước ngoài, ai vi phạm sẽ bị chém.

Cải cách ruộng đất: Dưới thời Lý, Trần, nền kinh tế thái ấp, điền trang mà đại diện là các lãnh chúa với chế độ nô lệ, nô tỳ là hình thức kinh tế quan trọng nhất. Sau khi lên ngôi, Lê Thái Tổ sai tịch thu tất cả ruộng đất của bọn quan lại nhà Minh, ruộng đất của các quý tộc đời Trần bị tuyệt tự và ruộng đất tư nhân bỏ hoang sung làm ruộng đất công. Những ruộng đất này, cùng với ruộng quốc khố, ruộng đất công của các làng xã đều thuộc quyền sở hữu của triều đình và được phân chia thành các loại sau:

- Ruộng đất ban cấp cho các quan lại và thân tộc của nhà vua để làm bổng lộc, gọi là Lộc điền. Một phần nhỏ Lộc điền được cấp vĩnh viễn, phần lớn phải trả lại triều đình sau khi chết.

- Ruộng đất triều đình trực tiếp khai thác và làm đồn điền.

- Ruộng đất các thôn xã phân chia theo định kỳ 6 năm một lần cho người dân trong làng xã.

- Ngoài 3 loại công điền kể trên, còn loại ruộng tư của riêng điền chủ, các ruộng này không phải nộp thuế cho triều đình, nhưng việc mua bán, kế thừa phải theo đúng sự quy định theo luật triều đình (luật Hồng Đức).

Xây dựng guồng máy chính quyền quân chủ: Song song với việc cắt giảm thế lực kinh tế của các lãnh chúa, các vua triều Lê tích cực cũng cố quyền lực của triều đình bằng việc xây dựng guồng máy chính quyền từ trung ương tới địa phương. Guồng máy chính quyền trung ương dưới thời Lê Sơ (thời các vua Lê đầu tiên) là một hệ thống chặt chẽ nhằm chi phối đời sống chính trị tới tận các địa phượng nhỏ nhất. Quyền hành được tập trung vào triều đình, đứng đầu là nhà vua. Lãnh thổ Đại Việt khi đó mới bao gồm miền Bắc và miền Trung đến đèo Hải Vân, được chia làm 5 đạo. Đứng đầu mỗi đạo là chức Hành Khiển cai quản tất cả việc quân, dân và tư pháp. Mỗi đạo còn có chức tổng quản chỉ huy các vệ quân đóng trong đạo. Dưới mỗi đạo là những đơn vị hành chính nhỏ hơn như trấn, lộ, phủ, huyện, châu, xã. Đơn vị hành chánh nhỏ nhất là xã, đứng đầu xã là Xã trưởng được dân bầu theo tục lệ cũ. Đến năm 1462, vua Thánh Tông quy định muốn được bầu làm Xã trưởng phải là giám sinh, sinh đồ không đỗ đạt hay thuộc thành phần "Lương gia tử đệ" (gia đình lương thiện) biết chữ và trên 30 tuổi.

Tổ chức chính quyền trung ương dưới thời Lê cũng được hoàn thiện hơn nhiều so với các triều trước. Thời Lê Thái Tổ mới đặt hai bộ: Lễ và Lại. Đến năm 1460, vua Lê Nghi Dân củng cố lại triều đình, đặt thành lục bộ và lục khoa để đảm nhiệm công việc hành chính trong nước. Năm 1466, Lê Thánh Tông lập thêm ra lục tự để trông coi các việc không thuộc phần hành của các bộ. Ngoài ra còn có các cơ quan giúp việc cho nhà vua như Ngự Sử

Đài, Hàn Lâm Viện, Đông Các... Về quân đội, Lê Thánh Tông đặt ra ngũ phủ thống lĩnh toàn bộ quân đội do các chức Tả, Hữu Đô Đốc cầm đầu. Hệ thống hành chính triều Lê so với các triều đại trước là một hệ thống to lớn và nặng nề. Quyền hạn của triều đình đã được mở rộng và thay thế quyền lực các lãnh chúa địa phương. Quan lại thời Lê không được ban thái ấp, điền trang như các tầng lớp vương hầu trước đây mà chỉ được hưởng bổng lộc của triều đình.

TÌNH HÌNH KINH TẾ - XÃ HỘI THỜI LÊ SƠ

Đây là triều đại có nhiều thay đổi so với các triều đại trước, có mặt tiến bộ và có cả mặt hạn chế. Về căn bản, Đại Việt dưới triều Lê có những lúc phát triển rất phồn thịnh.

Khuyến khích phát triển nông nghiệp và tiểu thủ công nghiệp:

Nông nghiệp, đặc biệt là ngành trồng lúa nước vẫn là ngành kinh tế chính của Đại Việt, nên các vua đầu tiên của nhà Lê rất chú trọng đến việc phát triển nông nghiệp. Ngoài chính sách đồn điền còn có chính sách khẩn hoang nhằm khuyến khích tư nhân khai phá các vùng đất bồi ven biển và vùng trung du. Triều đình cũng có những chính sách nhằm bảo vệ đời sống người dân giúp cho dân có thể an tâm làm ruộng. Vào những tháng làm mùa bận rộn, như cấy cầy, gặt hái mọi công dịch đều phải hoãn lại để dân chúng tập trung làm mùa. Ngoài ra, để bảo đảm cho sản xuất nông nghiệp không bị thiếu nhân lực, triều Lê đã mở rộng chính sách "ngụ binh ư nông" của các triều khác cho đến cả công tượng, lính coi ngục và người nấu bếp. Từ quân số 350.000 thời kháng Minh, chỉ giữ lại 100.000, còn lại cho về làm ruộng. Ngay cả binh lính trong quân ngũ cũng được chia làm năm phiên, luân chuyển một phiên ứng trực, bốn phiên kia lo việc đồng áng.

Ngành công nghiệp và tiểu thủ công nghiệp cũng phát triển mạnh ngay từ thời Lê Sơ. Thủ công nghiệp dưới thời Lê có thể chia làm hai khu vực: lãnh vực của người dân và các xưởng của triều đình. Thủ công nghiệp của dân chúng bao gồm những nghề phụ của nông dân làm trong những khi nhàn rỗi việc đồng áng và những phường hội của các thợ chuyên môn.

Các nghề phụ của nông dân đóng một vai trò khá quan trọng. Phần lớn sản phẩm của lãnh vực này như đồ đan lát, dệt vải, làm nón, chiếu, nhằm thỏa mãn nhu cầu trong sinh hoạt gia đình, phần thặng dư được cung cấp cho thị trường địa phương. Ngoài những hoạt động thủ công có tính cách phụ trợ cho kinh tế gia đình, thủ công nghiệp cũng đã phát triển tạo ra một tầng lớp người chuyên sống bằng nghề mà không phải dựa vào nông nghiệp nữa.

Mặc dầu một số nghề bị thất truyền vì thợ giỏi bị quân Minh bắt mang về Tàu như nghề làm đồ sứ dưới triều Lý, một số nghề mới đã phát triển dưới triều Lê như các nghề dệt lụa, dệt the, nghề làm trà, làm sáp, làm giấy, nấu rượu, nghề nhuộm, sản xuất đồ gốm. Nghề thuộc da và một số nghề thủ công khác từ bên Tàu cũng được du nhập qua Đại Việt. Tại nông thôn, các thợ thủ công tụ tập thành những làng nghề như Bát Tràng nổi tiếng với các sản phẩm gạch ngói, đồ gốm; làng Huê Cầu nổi tiếng nhuộm vải, lụa. Tại các đô thị, thợ thủ công họp thành phường, hội. Ngoài các tổ chức thủ công nghiệp trong quần chúng, triều đình cũng có những cơ sở chế tạo gọi là Cục Bách Công, chuyên sản xuất vũ khí, đúc tiền, các đồ nghi trượng và phẩm phục của vua quan.

Bên cạnh các nghề thủ công, dưới triều Lê, việc khai thác các mỏ kim loại như vàng, bạc, đồng, sắt, chì, thiếc cũng khá phát triển

Phát triển thương nghiệp nội địa, hạn chế và siết chặt ngoại thương:

Song song với phát triển của công nghiệp và tiểu thủ công nghiệp là sự phát triển của thương nghiệp. Việc xây dựng các đường giao thông vì mục đích quân sự dưới thời cai trị của triều Minh và sau đó là các vua đầu tiên của nhà Lê, đã giúp cho thương mại vượt ra khỏi phạm vi địa phương. Việc buôn bán ngoài các thị trấn ra thường tập trung ở các chợ, hoặc một làng xã, hoặc hai ba làng họp lại thường có một ngôi chợ họp vào một số ngày nhất định trong tháng. Việc thống nhất tiền tệ và đo lường cũng đã góp phần phát triển thương mại. Nếu nội thương được khuyến khích phát triển thì ngược lại triều đình nhà Lê lại hạn chế và kiểm soát gắt gao ngoại thương. Người nước ngoài chỉ được đến buôn bán ở một số nơi quy định mà không được tự ý vào nội trấn. Dân chúng dọc theo biên giới và vùng biển không được tự ý buôn bán và đón tiếp thuyền buôn của nước ngoài, nếu vi phạm sẽ bị phạt nặng. Chính sách này khác biệt với thời Lý, Trần và là yếu tố làm trì trệ sự phát triển kinh tế dưới triều Lê.

Xây dựng bộ luật Hồng Đức.

Bộ luật Hồng Đức (tên đặt theo niên hiệu của vua Lê Thánh Tông) hình thành sau một quá trình lâu dài soạn thảo và tu chỉnh. Ngay sau khi lên ngôi, Lê Thái Tổ đã cùng với các đại thần đưa ra một số luật lệ về kiện tụng và phân chia ruộng đất tại các thôn xã. Đến năm 1483, vua Lê Thánh Tông sai các triều thần sưu tập tất cả những điều luật và chiếu chỉ đã ban hành trong các triều vua từ thời Thái Tổ trở xuống, góp lại thành một bộ gọi là Lê triều hình luật mà người ta thường gọi là bộ luật Hồng Đức. Bộ luật Hồng Đức có vị trí quan trọng trong xã hội phong kiến Việt Nam. Đó là hệ thống pháp luật của thời Lê và của các triều đại sau cho đến hết thế kỷ 18. Luật Hồng Đức có một số đặc điểm sau: bảo vệ trật tự xã hội và quyền lực của triều đình; bảo vệ quyền tư hữu tài sản; mang đậm dấu ấn Khổng giáo về tôn ti trật tự phong kiến.

SỰ PHÁT TRIỂN CỦA VĂN HỌC VÀ SỬ HỌC

Dưới thời Lý, Trần, nền văn hóa Đại Việt đã phát triển. Văn hoá Đại Việt dung hòa những tập quán và tín ngưỡng cũ của dân chúng với các tôn giáo du nhập từ bên ngoài như Nho, Phật, Lão. Đối với triều đình, Nho giáo chiếm vị trí ưu tiên trong khi ảnh hưởng của Phật giáo có phần thuyên giảm, không còn vị trí như dưới thời Lý, Trần. Tư tưởng chủ đạo của các nhà Nho thời

Lê Sơ là tư tưởng Tống Nho. Tống Nho xâm nhập vào Đại Việt từ giữa thời Trần, và đến cuối thời Trần thì có ảnh hưởng lớn trong giới sĩ phu. Dựa vào ý thức hệ Tống Nho, triều đình Lê, đặc biệt Lê Thánh Tông đã đưa ra một loạt những chiếu chỉ cải tổ phong tục tập quán của dân Đại Việt. Địa vị của nho sĩ được đề cao (nhất sĩ, nhì nông) trong khi các ngành hoạt động khác, đặc biệt là công và thương bị coi nhẹ. Dân chúng được khuyến khích học theo đạo Nho. Đóng góp nhiều nhất trong việc "Khổng hóa" xã hội Đại Việt dưới thời Lê Sơ là việc phổ biến chế độ thi cử trong việc chọn quan lại cai trị. Thi cử để tuyển quan lại đã bắt đầu từ thời Lý, nhưng phải đến thời Lê Sơ và đặc biệt dưới thời Hồng Đức, chế độ giáo dục và khoa cử mới đạt đến mức độ phát triển rực rỡ.

Đặc điểm của triều Lê là sự phát triển văn học cung đình, chú trọng lịch sử.

Cuộc đấu tranh lâu dài để giành độc lập đối với Tàu đã khiến cho các nhà văn thời này mang một tinh thần dân tộc rất mạnh. Sự phát triển của văn học chữ Nôm là một biểu hiện rõ nét cho tinh thần dân tộc. Tuy Hán văn vẫn chiếm ưu thế, nhưng những sáng tác văn học chữ Nôm đã có một vai trò đáng kể trên văn đàn.

Nói chung, những tác phẩm văn học thời này đều phản ánh địa vị thống trị của đạo đức Nho giáo, nhưng đồng thời cũng nói lên được một tinh thần tự cường quốc gia mạnh mẽ. Trong số những tác phẩm chữ Hán tiêu biểu nhất cho văn học thời Lê Sơ có bài Bình Ngô Đại Cáo, và những bài văn trong Quân Trung Từ Mệnh Tập của Nguyễn Trãi. Những tác phẩm thuần túy văn học thời này có thể chia làm hai khuynh hướng: văn học cung đình và văn học ẩn giả.

Thời Lê Thánh Tông có thể nói là đỉnh cao nhất của văn học cung đình, Thánh Tông là ông vua có tài văn chương và rất coi trọng văn học. Hai tuyển tập tiêu biểu nhất: Quỳnh Uyển Cửu Ca bằng chữ Hán và Hồng Đức Quốc Âm Thi Tập (chữ Nôm) gồm trên 300 bài nổi tiếng nhất được vua Lê Thánh Tông và các quan trong Hội Tao Đàn viết ra, ca ngợi cảnh đẹp thiên nhiên thời thái bình thịnh trị.

Về văn học ẩn giả thì tiêu biểu là tập Ức Trai Thi Tập (chữ Hán) và Quốc Âm Thi Tập (chữ Nôm) của Nguyễn Trãi, gồm các bài thơ giãi bầy tâm sự một kẻ sĩ có tài nhưng gặp nghịch cảnh, muốn tìm một cuộc sống phóng khoáng, thoát tục. Ngoài ra cũng phải kể các truyện dân gian viết bằng chữ Nôm xuất hiện dưới triều Lê như Thạch Sanh Lý Thông, Lục Súc Tranh Công.

Thời Lê Sơ là một thời kỳ xã hội Việt Nam vừa trải qua một cơn biến đổi lớn. Do đó có nhiều nhà viết sử ghi lại những biến động này. Trong những bộ sử được viết giai đoạn này, đặc biệt phải kể đến bộ Lam Sơn Thực Lục, kể lại cuộc kháng chiến mười năm của Lê Lợi do Nguyễn Trãi viết và Lê Lợi đề tựa. Năm 1455, vua Lê Nhân Tông sai Phan Phù Tiên soạn bộ Đại Việt Sử Ký mới, hay còn gọi là bộ Đại Việt Sử Ký Tục Biên, ghi chép lại lịch sử nước Đại Việt dựa trên bộ Đại Việt Sử Ký của Lê Văn Hưu đời nhà Trần viết, nhưng đã bị nhà Minh tiêu huỷ. Bộ Đại Việt Sử Ký mới này, bao gồm 12 tập ghi lại từ đời vua Trần Thái Tông cho tới khi quân Minh bị đuổi ra khỏi bờ cõi. Năm 1479, nhà Lê lại sai Ngô Sĩ Liên soạn Bộ Đại Việt Sử Ký Toàn Thư, đây là bộ sử xưa nhất còn lưu truyền nguyên vẹn được đến ngày nay.

CHÍNH SÁCH NGOẠI GIAO VÀ VIỆC MỞ NƯỚC VỀ PHÍA NAM

Dưới triều Lý, Trần, chính sách của các vua Đại Việt là tìm cách mua chuộc sự trung thành của những tộc người thiểu số trên vùng miền núi. Việc thực hiện thường thông qua hôn nhân hoặc phong chức tước cho các thủ lĩnh của họ. Triều đình không thu thuế mà chỉ lấy cống nạp. Triều đình nhà Lê đã thay đổi cách ứng xử, đặt ra các chức vụ bên cạnh các chức tước thủ lĩnh thiểu số để kiểm soát, đồng thời, yêu cầu cống nạp thường xuyên giống như một loại thuế. Những cố gắng để "Nho hóa" xã hội Đại Việt trong đó có cả sắc tộc thiểu số đã tạo ra sự chống đối của các sắc tộc này đối với chính quyền trung ương. Chính vì vậy mà dưới triều Lê Sơ đã có nhiều cuộc nổi dậy.

Nước Ai Lao, hồi đó là vương triều Lan Xang, đã có lúc giúp đỡ Lê Lợi chống quân Minh, nhưng sau đó lại hợp tác với quân Minh vây khốn binh lính của Lê Lợi. Năm 1479 vua Lê Thánh Tông cử đại quân chinh phạt Ai Lao. Quân Lào đại bại, vua phải chạy tới biên giới Miến Điện, quân Đại Việt tràn vào kinh thành tàn phá, cướp bóc vô số vàng bạc. Quân Lào tuy thua trận nhưng dân Lào tại nhiều nơi nổi dậy đánh du kích, bỏ thuốc độc vào nước uống giết hại quân Đại Việt khiến cho nhà Lê phải rút quân về nước.

Nước Chiêm Thành và nước Đại Việt đã có những cuộc chiến tranh từ thế kỷ thứ 10. Có thời kỳ Đại Việt mang quân xâm chiếm Chiêm Thành nhưng cũng có thời kỳ Chiêm Thành mang quân quấy phá vùng nam Đại Việt. Thời nhà Lê, nước Chiêm Thành ở thế yếu. Vua tôi Đại Việt đã nhiều lần đem quân chinh phạt, và cuộc chinh phạt lớn nhất, hiệu quả nhất là của Lê Thánh Tông vào năm 1471, đánh bại hoàn toàn quân Chiêm Thành. Vua Lê Thánh Tông đã chiếm vùng đất của người Chiêm Thành từ Đà Nẵng vào đến tận đèo Cù Mông thuộc tỉnh Phú Yên ngày nay, và chia phần còn lại ở phía Nam thành ba nước nhỏ để dễ bề cai trị. Nước Chiêm Thành suy yếu từ đó, và cuối cùng bị diệt vong dưới thời các Chúa Nguyễn.

SỰ SUY THOÁI CỦA NHÀ LÊ ĐẦU THẾ KỶ 16

Thời kỳ thịnh trị của nhà Lê kéo dài được đến hết thế kỷ 15. Sau khi vua Lê Thánh Tông băng hà vào năm 1497, nhà Lê bắt đầu rơi vào tình trạng khủng hoảng. Lê Hiến Tông truyền ngôi lại cho người con thứ ba là Lê Túc Tông. Túc Tông chỉ ở ngôi được 6 tháng thì chết, triều đình tôn người anh của Túc Tông là Uy Mục lên làm vua.

SỰ SUY THOÁI CỦA NHÀ LÊ VÀ CÁC CUỘC NỘI CHIẾN

Sự suy thoái của nhà Lê dưới triều Uy Mục, Tương Dực và các cuộc nổi dậy.

Thời vua Uy Mục, triều Lê đại loạn. Uy Mục lên ngôi giết tổ mẫu là bà Hoàng Thái Hậu, giết Lễ Bộ Thượng Thư Đàm Văn Lễ cùng Đô Ngự Sử Nguyễn Quang Bật. Uy Mục chỉ biết ăn chơi trụy lạc và xây cất cung điện, miếu đền.

Năm 1509, Giản Tu Công Lê Oanh, anh em con chú bác với Uy Mục nổi loạn giết Uy Mục và hoàng hậu để cướp ngôi, xưng danh Tương Dực. Tương Dực bản chất cũng không khác Uy

Mục, lại tiếp tục con đường hoang dâm trụy lạc, khiến lòng dân oán than, bất mãn. Nhiều cuộc nổi dậy đã nổ ra chống lại chính sách cai trị của triều đình. Trong suốt năm năm ở ngôi, Tương Dực chỉ lo xây cất cung điện, đắp thành đào kênh để ngao du sơn thủy. Năm 1512, giữa lúc nạn đói đang uy hiếp nghiêm trọng, Tương Dực bắt khởi công xây cất Đại Điện và Cửu Trùng Đài, phía trước đào hồ, khơi kênh thông với sông Tô Lịch giao cho người thợ là Vũ Như Tô làm đô đốc. Triều đình bắt dân phu, điều động cả quân lính ngũ phủ trong thành và các vệ quân ở ngoài phục dịch suốt trong 5 năm trời chưa xong. Dân chúng ai oán khổ sở, dẫn tới nhiều cuộc nổi dậy.

Trong các cuộc chống đối này, đáng chú ý nhất là các cuộc nổi dậy của Thân Duy Nhạc, Ngô Văn Tổng, Trần Tuân và Trần Cao. Thân Duy Nhạc người huyện Vũ Ninh (thuộc tỉnh Bắc Ninh ngày nay), đỗ tiến sĩ, làm quan dưới triều Lê Uy Mục. Khi Uy Mục bị giết, Duy Nhạc chán cảnh triều chính rối loạn, bỏ quan về quê rồi tụ họp nghĩa binh. Năm 1510, ông cùng Ngô Văn Tổng khởi binh ở Gia Lâm chống lại triều đình, nhưng bị lộ. Nhạc và Tổng bị quân triều đình bắt và giết chết.

Năm 1511, Trần Tuân nổi lên tại Hưng Hóa, Sơn Tây. Trần Tuân người Bất Bạt, xuất thân từ gia đình khoa bảng. Đầu tiên, Tuân tụ tập nghĩa binh, chiếm cứ các hang động ở vùng núi Hưng Hóa làm căn cứ địa. Sau khi được dân chúng hưởng ứng, Tuân mở rộng địa bàn hoạt động sang khắp vùng Sơn Tây, Hưng Hóa uy hiếp miền Từ Liêm, Quốc Oai, đe dọa đến cả kinh thành Thăng Long khiến triều đình rất e ngại. Tuy nhiên, nghĩa binh của Trần Tuân vốn không phải là binh lính có luyện tập và kỷ luật, nên không chống lại được quân triều đình. Trong một trận chiến, Trần Tuân tử trận. Từ đó phong trào nổi dậy này suy yếu rồi bị tiêu diệt hoàn toàn.

Trần Cao (có sách chép tên khác là Trần Cảo), người huyện Thủy Đường (thành phố Hải Phòng) vốn là một quan chức nhỏ của triều đình. Bị quan trên áp bức, Trần Cao từ quan và hô hào dân chúng nổi dậy. Năm 1516, Trần Cao kéo cờ khởi nghĩa ở chùa Quỳnh Lâm (huyện Đông Triều, tỉnh Quảng Ninh), đánh chiếm các huyện Đông Triều và Thủy Đường. Từ trấn Hải Dương (nay là Hải Phòng) Trần Cao mang quân tiến về Thăng Long. Trần Cao chiếm được Thăng Long lên ngôi Hoàng Đế, tính lập ra một triều đại mới. Tuy nhiên không lấy được sự ủng hộ của quan lại địa phương nên cuối cùng quân của Trần Cao đã bị dẹp tan.

Mạc Đăng Dung và việc hưng khởi của nhà Mạc

Mạc Đăng Dung quê ở Hải Dương. Nhà nghèo lúc nhỏ sống bằng nghề đánh cá. Năm 1508, Lê Uy Mục mở kỳ thi võ để kén người khỏe mạnh sung quân. Dung đi thi trúng tuyển đô lực sĩ và được chọn vào quân túc vệ. Dung có sức khỏe lại nhiều mưu lược, khôn ngoan và giảo quyệt, ngày càng được nhà vua tin dùng. Đến thời Chiêu Tông thì được thăng làm Vũ Xuyên Hầu.

Khi triều đình nhà Lê suy vong vì hỗn chiến phe phái, Mạc Đăng Dung đã lợi dụng tình thế để dần dần lên nắm quyền. Năm 1518, khi Trần Chân bị giết, Dung liên kết với Nguyễn Hoằng Dụ để diệt trừ phe phái của Trần Chân. Khi các bộ tướng của Trần Chân nổi loạn, Dung rước vua Lê về Bồ Đề, bắt đầu tìm cách giết hại các triều thần để thâu tóm quyền hành về tay mình. Đến năm 1519, Mạc Đăng Dung đã đánh bại tất cả các phe đối kháng để một mình chiếm lãnh quyền bính nhà Lê.

Năm 1520, Mạc Đăng Dung ép vua Lê Chiêu Tông phong mình làm Tiết Chế, thống lĩnh toàn bộ quân đội. Uy quyền của Mạc Đăng Dung ngày một lớn đến nỗi vua Lê Chiêu Tông cùng cận thần khiếp nhược rời bỏ ngai vàng. Dung bèn đưa em của Lê Chiêu Tông là Lê Xuân lên làm vua, hiệu là Nguyên Thống nhằm làm bình phong quyền lực cho mình. Sau đó Dung tìm cách giết vua Lê Chiêu Tông. Năm 1527 vua Lê Nguyên Thống nhường ngai vàng cho Mạc Đăng Dung. Triều đại Lê Sơ chấm dứt, nhà Mạc bắt đầu.

TÌNH HÌNH CHÍNH TRỊ XÃ HỘI ĐẠI VIỆT THỜI NAM - BẮC TRIỀU

Tuy cướp được ngôi nhà Lê, nhưng phạm vi thống trị của nhà Mạc không bao gồm toàn bộ lãnh thổ như những triều đại trước. Ngay từ khi mới lên ngôi, Mạc Đăng Dung đã phải đối phó với những cuộc nổi dậy của các cựu thần nhà Lê và dần dần mất dải đất từ vùng Thanh Hóa trở vào. Trong số các cuộc nổi dậy, đáng chú ý nhất là cuộc nổi dậy của Nguyễn Kim. Nguyễn Kim là con Nguyễn Hoằng Dụ, giữ chức Tả Vệ Điện Tiền Tướng Quân cho nhà Lê và được phong tước An Thành Hầu. Khi Mạc Đăng Dung cướp ngôi, Nguyễn Kim đem toàn bộ quân bản bộ chạy sang Lào và được vua Lào cho phép đóng quân ở vùng Sầm Nứa. Để thực hiện từng bước mưu đồ đại sự, Nguyễn Kim chọn chiêu bài "phù Lê diệt Mạc". Cuối năm 1533, Nguyễn Kim tìm một người họ Lê là Lê Duy Ninh mang về tôn lên làm vua, niên hiệu Nguyên Hòa, miếu hiệu là Trang Tông. Trang Tông là ông vua bù nhìn đầu tiên của thời Lê Trung Hưng bởi mọi chuyện quân quốc trọng sự đều trong tay Nguyễn Kim. Cuối năm 1545, Nguyễn Kim chiếm được Tây Đô, tướng Dương Chấp Nhất của nhà Mạc phải đầu hàng. Từ đó vùng Thanh Hóa, Nghệ An bị tách rời khỏi Bắc Hà lập thành một giang sơn riêng biệt không phụ thuộc nhà Mạc nữa. Bắt đầu từ đây, Đại Việt chia thành Nam triều và Bắc triều.

Tình hình chính trị xã hội tại Bắc triều

Phạm vi cai trị của nhà Mạc bắt đầu từ vùng Ninh Bình trở ra phía Bắc. Tuy nhiên vùng quan trọng chỉ gồm miền đất thuộc đồng bằng Bắc phần ngày nay. Vùng trung du và thượng du miền Bắc nhà Mạc không đủ khả năng kiểm soát. Chính sách kinh tế - xã hội của nhà Mạc hầu như không thay đổi so với triều Lê cũ, ngoại trừ việc tăng cường guồng máy quân sự để đối phó với Nam triều.

Sau khi lên ngôi, Mạc Đăng Dung lo chấn chỉnh lại binh chế, tổ chức lại các vệ, sở, ty cũ của triều Lê. Đồng thời, để lấy lòng quân sĩ, nhà Mạc đặt ra lệ cấp lộc điền cho những người đi lính. Nhằm thuyết phục các quan lại nhà Lê cũ và tầng lớp sĩ phu theo mình, nhà Mạc một mặt đàn áp, một mặt mua chuộc. Mạc Đăng Dung cho sửa sang đền miếu nhà Lê tại Lam Sơn, phong tước cho những người đã chết và trọng dụng những người còn sống đi theo mình. Nhà Mạc đặc biệt chú trọng đến khoa cử nhằm tạo ra một tầng lớp sĩ phu mới ủng hộ triều đình. Các khoa thi mới được tổ chức hàng năm. Tuy nhiên chính sách này không thành công do tư tưởng trung quân của Tống Nho đã ăn sâu vào đầu óc kẻ sĩ, một phần khác do nhà Mạc không ổn định được đời sống dân chúng.

Tình hình chính trị xã hội tại Nam triều

Tại miền Nam Đại Việt, sau khi Nguyễn Kim bị đánh thuốc độc chết năm 1545, mọi quyền bính đều rơi vào tay con rể là Trịnh Kiểm. Năm 1546, Trịnh Kiểm lập hành cung vua Lê tại Vạn Lại, huyện Thọ Xuân, Thanh Hóa. Sau đó xây dựng thành lũy, cung điện lập ra một triều đình mới đối địch với triều đình Mạc gọi là Nam triều. Phạm vi cai trị của Nam triều từ Thanh Hóa trở vào, nhưng thật sự chỉ bao gồm vùng Thanh Nghệ là chính.

Vì phải tập trung lực lượng chống nhau với nhà Mạc cho nên chính sách nội trị của triều Lê-Trịnh (Nam triều) cũng chỉ tập trung vào việc động viên nhân lực, vật lực của quần chúng cho cuộc chiến tranh với Bắc triều. Chính sách nội chính quan trọng nhất của triều đình Nam triều lúc này là khẩn hoang. Do Thanh Nghệ đất hẹp, lại bị chiến tranh tàn phá, cho nên dân chúng lưu tán rất nhiều. Chính quyền luôn phải đốc thúc những dân lưu tán trở về quê quán làm ăn, đồng thời mở rộng những vùng đất mới.

Mặc dầu xét về tài nguyên thiên nhiên cũng như về nhân lực, Nam triều thua kém Bắc triều, nhưng do biết lợi dụng danh nghĩa *"phù Lê, diệt Mạc"* họ Trịnh đã lấy được sự ủng hộ của một số sĩ phu miền Bắc. Cộng với tình trạng ngày càng suy thoái của xã hội miền Bắc dưới triều nhà Mạc, nên họ Trịnh đã dần dần mạnh lên và cuối cùng thu phục lại được miền Bắc, mở đầu cho một giai đoạn mới.

Nhà Minh và cuộc nội chiến Lê Trịnh-Mạc

Ngay sau khi Mạc Đăng Dung cướp ngôi nhà Lê, một số cựu thần của nhà Lê đã chạy sang Tàu xin nhà Minh mang quân đánh họ Mạc. Năm 1533, Nguyễn Kim, sau khi lập vua Trang Tông, sai Trịnh Duy Liêu sang nhà Minh tố cáo họ Mạc, nói rằng Mạc Đăng Dung tiếm quyền ngăn trở việc tiến cống. Thấy tình hình Đại Việt như vậy, nhà Minh cũng muốn dùng chiêu bài "*diệt Mạc phù Lê*" để chiếm Đại Việt nhưng vào lúc đó đã suy yếu nhiều, nên đã không thể xua quân gây chiến được. Nhà Minh chỉ lợi dụng tình thế ép Mạc Đăng Dung hàng phục bằng cách đưa quân đến đóng sát biên giới khoa trương thanh thế.

Mạc Đăng Dung do phải đối phó với quân ly khai của các tỉnh phía Bắc, chiến tranh với Lê-Trịnh và lòng dân không yên, nên đã phải quy hàng nhà Minh. Việc Mạc Đăng Dung cùng 40 đình thần lấy lụa buộc ngang cổ, quỳ gối dâng sổ sách điền thổ và quân dân cho quân Minh là một hành động ô nhục chưa từng có trong lịch sử Đại Việt. Sau đó, Mạc Đăng Dung còn sai sứ sang nhà Minh dâng biểu xin hàng và cắt năm động thuộc vùng An Quảng cho sáp nhập vào Khâm Châu. Năm 1541, nhà Minh xuống chiếu tha tội cho Mạc Đăng Dung, nhưng cách chức An Nam Quốc Vương, đổi tên nước ta thành An Nam Đô Thống Ty, cho Mạc Đăng Dung làm Đô Thống Sứ, hàm Nhị Phẩm. Từ đó, trên danh nghĩa, nhà Mạc là một hàng thần của nước Tàu, nhận quan tước của Minh triều.

CUỘC CHIẾN TRANH TRỊNH-MẠC

Việc phân chia đất đai Đại Việt thành Nam triều và Bắc triều vào giữa thế kỷ 16 mở đầu cho thời kỳ nội chiến và phân cắt kéo dài gần ba thế kỷ bao gồm hai cuộc chiến Trịnh-Mạc và Trịnh-Nguyễn. Cuộc chiến Trịnh-Mạc kéo dài khoảng 150 năm từ 1545 đến 1677 và được chia làm ba giai đoạn.

Giai đoạn Mạc suy Trịnh hưng (1545-1569)

Giai đoạn này hai bên cầm cự lẫn nhau và nhà Mạc dần dần bị suy yếu. Vào năm 1546 Mạc Phúc Hải chết, con trưởng là Mạc Phúc Nguyên còn bé lên nối ngôi, mọi việc triều chính đều do chú là Mạc Kính Điển quyết đoán. Một nhóm triều thần muốn lập Mạc Trung Chính, con khác của Mạc Đăng Dung lên ngôi nhưng không thành, nên nổi lên chiếm giữ kinh thành. Kính Điển phải đem Mạc Phúc Nguyên chạy ra khỏi thành rồi hội quân ở các Trấn phản công. Mãi tới năm 1549, Mạc Kính Điển mới dẹp yên. Chính từ những mâu thuẫn nội bộ tranh giành quyền lực đã khiến nhà Mạc suy yếu. Quân Mạc thua trận liên tiếp, quân Trịnh chiếm ưu thế và có lần tấn công áp sát kinh thành. Tuy nhiên, quân Trịnh chưa giành được thắng lợi tuyệt đối nào vì cũng gặp phải vấn đề nội bộ lục đục.

Giai đoạn Mạc hưng Trịnh suy (1570-1583)

Trong giai đoạn này, nội bộ nhà Trịnh lủng củng vì vậy thế lực suy yếu khiến cho nhà Mạc có điều kiện phản công lại. Năm 1569, Trịnh Kiểm bị bệnh nặng, trao binh quyền cho con trưởng là Trịnh Cối. Đầu năm 1570, Trịnh Kiểm chết, Trịnh Tùng em Trịnh Cối âm mưu với Lê Cập Đệ rước vua Lê về Vạn Lại, chia quân chống cự với Trịnh Cối. Hai bên cầm quân đánh giết lẫn nhau, tướng sĩ hoang mang chán nản, nhiều người bỏ theo hàng nhà Mạc. Nhân dịp đó, Mạc Kính Điển mang quân tấn công vào Thanh Hóa, Trịnh Cối thấy thế không chống đỡ được, xin hàng nhà Mạc. Chẳng bao lâu, thấy Trịnh Tùng chuyên quyền quá, Lê Cập Đệ bàn với vua Lê Anh Tông giết Trịnh Tùng. Âm mưu bại lộ, Lê Cập Đệ bị giết, Lê Anh Tông bỏ trốn vào Nghệ An. Trịnh Tùng lập hoàng tử Duy Đàm lên làm vua (Lê Thế Tông) rồi sai người vào Nghệ An bắt Anh Tông giết đi. Những vụ việc này càng làm cho triều thần chán nản, hoang mang nên bỏ theo hàng nhà Mạc. Giai đoạn này, quân Mạc chiến thắng liên tiếp, dồn quân Trịnh vào thế phòng thủ. Trận tấn công năm 1570 là trận đánh lớn nhất của nhà Mạc, đẩy quân Trịnh phải chống đỡ, phòng thủ. Nhưng quân Mạc cũng không giành được chiến thắng cuối cùng.

Giai đoạn Trịnh hưng và nhà Mạc suy vong (1584-1592)

Cho đến năm 1583, tuy rằng nhà Mạc vẫn còn giữ thế tấn công, nhưng đã bị suy yếu nhiều. Chiến tranh liên miên đã làm cho dân chúng phải chịu những sưu dịch nặng nề trong khi mâu thuẫn nội bộ nhà Mạc đã lên đến tột đỉnh. Lợi dụng sự suy yếu đó, Trịnh Tùng sau một thời gian dài phòng ngự và củng cố lực lượng, bắt đầu mở các cuộc tấn công ra Bắc. Các cuộc tấn công của quân Trịnh trong hai năm 1591-1592 đã đánh bại hoàn toàn quân Mạc. Tháng 12 năm 1592, Mạc Mậu Hợp bị bắt và bị giết. Sau đó con trai là Mạc Toàn cũng bị quân Trịnh giết, quân Mạc rút về Cao Bằng ẩn náu, triều đại nhà Mạc từ từ chấm dứt.

CUỘC CHIẾN TRANH TRỊNH-NGUYỄN

Sau Khi nhà Mạc cướp ngôi nhà Lê, Nguyễn Kim- một tướng nhà Lê vào năm 1533 đã lập con của vua Lê Chiêu Tông là Lê Trang Tông lên làm vua. Năm 1545 Nguyễn Kim bị một hàng tướng nhà Mạc đầu độc chết, quyền hành về tay con rể là Trịnh Kiểm. Trịnh Kiểm muốn nắm trọn quyền bính, nên đầu độc con trai trưởng của Nguyễn Kim là Nguyễn Uông chết. Em Nguyễn Uông là Nguyễn Hoàng sợ bị anh rể giết luôn mình nên tìm cách lánh xa.

HỌ NGUYỄN LẬP NGHIỆP TẠI PHƯƠNG NAM

Vào lúc đó, phần lớn lãnh thổ Đại Việt vẫn thuộc về nhà Mạc, sự việc Trịnh Kiểm chiếm cứ được vùng Thanh Nghệ đã cắt lãnh thổ này làm hai, vùng Thuận Hóa ở phía Nam chỉ còn liên lạc được với phía Bắc bằng đường biển. Năm 1548 Trịnh Kiểm đánh chiếm Thuận Hóa, tới năm 1552 chiếm luôn được đất Quảng Nam, đây là vùng đất cực Nam của nước ta thời bấy giờ. Với một lãnh thổ rộng lớn mới chiếm được, lực lượng quân sự còn yếu, Trịnh Kiểm biết rằng sẽ gặp nhiều khó khăn để bình định. Cho nên khi vợ là Ngọc Bảo, xin cho em trai Nguyễn Hoàng đi trấn thủ Thuận Hóa thì bằng lòng ngay. Điều này nằm trong kế sách vừa lợi dụng Nguyễn Hoàng giữ vùng đất hoang sơ cho mình để rảnh tay đối phó với quân nhà Mạc, đồng thời đẩy được Nguyễn Hoàng đi xa để tránh sự bất trắc sau khi đã giết Nguyễn Uông.

Vùng Thuận Hóa hồi đó là một nơi còn rất hoang sơ và lạc hậu. Theo Lê Quí Đôn trong Phú Biên Tạp Lục: "Nước lụt tràn ngập, không có đê ngăn. Nhà ở toàn bằng cỏ tranh, không có ngói lợp. Trên con đường giao thông chính chạy suốt từ Thuận Hóa tới đèo Hải Vân chỉ có 4 quán nhỏ ở huyện Lệ Thủy và huyện Minh Linh. Cả Thuận Hóa chỉ có 3 cái chợ để mua bán" Năm 1558, Nguyễn Hoàng mang cả gia đình, họ hàng, những người thân tín cùng quân sĩ vào Nam. Chính những người đó đã giúp Nguyễn Hoàng rất đắc lực trong việc mở mang vùng đất hoang sơ này.

Những năm sau đó, do chiến tranh Trịnh-Mạc và thiên tai khắc nghiệt khiến cho dân chúng kéo nhau vào vùng Quảng Nam-Thuận Hóa sinh sống rất đông. Người dân coi Nguyễn Hoàng như chúa đất. Cũng thời gian đó, những trận lụt khủng khiếp năm 1559, 1572 tại Thanh Nghệ khiến dân tình vừa đói khổ vì chiến tranh, lại gặp phải bệnh dịch lan tràn nên mọi người càng dồn về khu vực Nguyễn Hoàng cai quản đông hơn nữa.

Chỉ vài năm sau, bên cạnh những làng xóm cũ, nay các vùng kinh tế trù phú nở rộ khắp nơi. Công của Nguyễn Hoàng được Lê Quí Đôn ghi lại như sau: "*Đoan Quận Công (tước của*

Nguyễn Hoàng) cai trị hai xứ ấy trên mười năm, chính sách an hòa nhân hậu, phép tắc công bằng, nghiêm giữ quân sĩ có kỷ luật. Cấm chứa chấp kẻ hung bạo, quân và dân hai xứ ấy đều yêu mến khâm phục, ai ai cũng cảm ơn đức. Ở chợ có giá nhất định, trong dân gian không có trộm cướp, đêm không phải đóng cổng, thuyền ngoại quốc đến buôn bán, việc giao dịch phân minh, toàn cõi dân chúng yên vui làm ăn."

Những năm đầu Nguyễn Hoàng vào trấn thủ Thuận Hóa. Chúa Trịnh vẫn cho người vào thu thuế và bổ nhiệm các quan chức thân tín vào kiểm soát công việc của chúa Nguyễn.

Năm 1570, Trịnh Kiểm bệnh nặng rồi mất, con cả là Trịnh Cối lên thay, nội tình họ Trịnh ngày một lục đục. Khả năng kiểm soát của họ Trịnh với cánh quân họ Nguyễn vì thế khá lơi lỏng, khiến cho Nguyễn Hoàng có cơ hội gây dựng thành một lực lượng cát cứ phía Nam.

Năm 1592, Trịnh Tùng là em của Trịnh Cối, tiếm quyền anh, chiếm được Thăng Long, nhưng dư đảng họ Mạc cùng các lực lượng đối kháng khác vẫn còn mạnh, gây chiến liên miên, khiến Trịnh Tùng phải yêu cầu Nguyễn Hoàng đem binh lực từ Nam ra tiếp viện. Sau tám năm ở lại miền Bắc, Nguyễn Hoàng tìm cách trốn về Thuận Hoá. Trịnh Tùng rất căm tức nhưng không làm gì được.

CƯƠNG VỰC TRỊNH-NGUYỄN SAU NĂM 1600

Sau khi trở vào Nam, năm 1600, Nguyễn Hoàng xưng Chúa. Hai bên Trịnh-Nguyễn vẫn giữ một trạng thái hòa bình nhưng không còn sự tin tưởng nào nữa. Vào năm 1613 Nguyễn Hoàng mất. Trước đó, ông căn dặn con trai thứ sáu của mình là Nguyễn Phúc Nguyên:

"Đất Thuận Quảng này phía bắc có núi Hoành Sơn, sông Linh Giang, phía nam có núi Hải Vân, núi Di Sơn, thật là một nơi trời để cho người anh hùng dụng võ. Vậy ta phải thương yêu dân chúng, luyện tập quân sĩ, để mà gây dựng cơ nghiệp muôn đời."

Nguyễn Phúc Nguyên lên thay cha, tính hiền hòa, mộ đạo Phật, dựng và sửa nhiều chùa chiền, nên được gọi là Chúa Sãi, lập tức bị hai em là Chưởng Cơ Hợp và Trạch (con thứ bảy và thứ tám của Nguyễn Hoàng) giành ngôi. Năm 1620 Hợp và Trạch mưu loạn, ngầm đưa thư ra đất Bắc cho họ Trịnh xin đem quân vào giúp, hẹn việc xong sẽ chia đất đền đáp. Họ Trịnh liền cử Đô Đốc Nguyễn Khải đem 5000 quân vào đóng đồn túc trực tại cửa Nhật Lệ. Dựa vào thanh thế của quân Trịnh, Hợp và Trạch nổi dậy đánh cướp kho Ái Tử, đắp lũy chống lại Chúa Sãi. Trận nổi dậy này bị Chúa Sãi dẹp yên. Phúc Hiệp, Phúc Trạch cúi đầu chịu tội. Phúc Nguyên muốn tha, nhưng các tướng đều cho là pháp luật không tha được. Bèn sai giam vào ngục. Hiệp và Trạch xấu hổ sinh bệnh chết. Nguyễn Khải được tin cũng rút quân về Bắc. Chúa Sãi, nhân việc họ Trịnh vô cớ đem quân vào tạo loạn liền tuyệt giao, không nạp thuế cống nữa. Cuộc tranh chấp giữa hai họ Trịnh Nguyễn từ đó chính thức bắt đầu.

CÁC CUỘC GIAO TRANH TRỊNH-NGUYỄN

Năm 1623, Trịnh Tùng chết. Trịnh Tráng lên thay với ý chí xâm chiếm Thuận Quảng còn mạnh mẽ hơn cha, mặc dù Tráng là con rể của Nguyễn Hoàng. Trong những năm từ 1620 tới 1627, Trịnh Tráng nhiều lần cho sứ giả vào Nam đòi Nguyễn Hoàng nộp thuế và ra Đông Đô chầu vua Lê, nhưng Nguyễn Hoàng khéo léo từ chối. Năm 1627 Trịnh Tráng cho người vào dụ Nguyễn Hoàng cho con ra chầu và nộp lễ cống nhưng vẫn bị Nguyễn Hoàng từ chối, Trịnh Tráng liền quyết ý đem quân vào đánh.

Cuộc chiến Trịnh-Nguyễn lần thứ nhất (1627-1628)

Tháng 3 năm 1627, Trịnh Tráng lấy cớ rước vua Lê vào Nghệ An thăm dân để đem đại quân thủy bộ tấn công vùng cửa Nhật Lệ. Tướng Nguyễn Khải và Lê Khuê của chúa Trịnh chỉ huy đại quân, chia làm hai cánh tấn công nhưng thua trận, bởi lúc đó chúa Nguyễn có hai tướng tài mưu lược là Nguyễn Hữu Dật và Nguyễn Vệ cũng như vũ khí tốt mua của Bồ Đào Nha (Portugal).

Cuộc chiến Trịnh-Nguyễn lần thứ hai (1633)

Sau cuộc chiến lần thứ nhất, Nguyễn Phúc Nguyên, tức Chúa Sãi được Đào Duy Từ hiến kế xây lũy Trường Dục, tức hệ thống Lũy Thầy để ngăn địch. Đồng thời Chúa Nguyễn cũng sai tướng Nguyễn Đình Hùng chiếm Nam Bố Chánh bên bờ sông Gianh và trao lại cho Trương Phúc Phấn trấn giữ.

Năm 1633, con của Chúa Sãi là Nguyễn Anh (còn có tên là Nguyễn Phúc Á), tính cướp ngôi của cha nên thông đồng với chúa Trịnh, xin chúa Trịnh đem quân vào đánh, để Anh làm nội gián. Trịnh Tráng đích thân mang binh vào đóng ở cửa Nhật Lệ. Nhưng bị đại tướng của chúa Nguyễn là Nguyễn Hữu Dật và Nguyễn Mỹ Thắng bất ngờ đánh úp nên quân Trịnh thua chạy.

Trịnh Tráng phải rút quân về, nhưng để lại tướng Nguyễn Khắc Loát là con rể ở lại Bắc Bố Chính ngăn quân chúa Nguyễn.

Cuộc chiến Trịnh-Nguyễn lần thứ ba (1642-1643)

Năm 1635, Chúa Sãi chết, con là Nguyễn Phúc Lan lên nối nghiệp, gọi là Chúa Thượng. Lúc ấy Nguyễn Anh ở Quảng Nam nghe tin cha chết, anh lên thay bèn kết đảng nổi loạn. Chúa Thượng cho quân vào giết hết đồng bọn và cả em mình là Nguyễn Anh. Chúa Trịnh thấy anh em chúa Nguyễn đánh lẫn nhau nên truyền cho tướng Nguyễn Khắc Loát đem quân chiếm được Nam Bố Chánh. Năm 1642, Trịnh Tráng mắc mưu phản gián của tướng bên chúa Nguyễn là Nguyễn Hữu Bật nên giết tướng Nguyễn Khắc Loát. Quân chúa Nguyễn nhân cơ hội chiếm được luôn cả thành Bắc Bố Chánh nhưng sau lại rút khỏi thành. Trịnh Tráng liền đem quân vượt sông Gianh, đóng ở cửa Nhật Lệ. Nhưng đánh mãi không qua được Lũy Thầy. Quân tướng hao mòn vì bệnh tật do lạ khí hậu ác nghiệt tại địa phương nên phải rút quân về.

Lũy Thầy (Đào Duy Từ) gồm: 1/ Lũy Trường Dục, 2/ Lũy Trấn Ninh (Đông Hải) và 3/ Lũy Đồng Hới (Trường Sa). Sông Gianh là giới tuyến và Lũy Thầy là chiến lũy chống lại quân Trịnh ở phương Bắc.

Cuộc chiến Trịnh-Nguyễn lần thứ tư (1648)

Con trưởng của chúa Sãi là Nguyễn Phúc Kỳ lấy Tống Thị là con gái của Nguyễn Phúc Thông tay chân của nhà Trịnh. Nguyễn Phúc Kỳ chết, Tống Thị ở lại Đàng Trong, quyến rũ được Nguyễn Phúc Trung, là con thứ tư của Chúa Sãi. Tống Thị liên lạc với cha ở ngoài Bắc, mưu với Chúa Trịnh đem quân vào đánh Chúa Thượng.

Đô Đốc Lê Văn Hiểu được lệnh của Trịnh Tráng, đem đại quân đánh vào cửa Nhật Lệ. Quân của Chúa Nguyễn thua phải rút về phía đông lũy Trường Dục trấn thủ. Nguyễn Phúc Tần, con Chúa Thượng đem quân ra tiếp viện. Nguyễn Phúc Tần chia quân một mặt phục sẵn ở sông Cẩm La, mặt khác sai tướng Nguyễn Hữu Tiến nửa đêm xua 100 con voi vào trại quân Trịnh mở đường cho đạo quân khác của Chúa Nguyễn tấn công. Quân Trịnh đại bại, quân Nguyễn đuổi theo tàn quân Trịnh tới tận sông Lam mới dừng lại. Trong trận này, quân Nguyễn bắt được gần ba vạn quân Trịnh làm tù binh, trong đó các tướng chỉ huy là Gia, Lý, Mỹ đều bị bắt sống.

Cuộc chiến Trịnh-Nguyễn lần thứ năm (1655-1660)

Năm 1648 Chúa Thượng qua đời. Nguyễn Phúc Tần nối ngôi gọi là Chúa Hiền. Tống Thị và Nguyễn Phúc Trung nổi lên tranh quyền nhưng thất bại, cả hai đều bị giết. Năm 1655 quân Trịnh vượt sông Gianh quấy phá. Chúa Hiền quyết định cho quân Bắc tiến. Trận đầu quân Đàng Trong (tên gọi vùng lãnh thổ Đại Việt kiểm soát bởi Chúa Nguyễn từ phía Nam sông Gianh trở vào Nam) vượt sông Gianh, tướng của Chúa Trịnh là Phạm Thế Toàn đầu hàng. Quân Chúa Nguyễn tiến tới Hoàng Sơn, đánh tan luôn quân Chúa Trịnh do Lê Hữu Đức chỉ huy. Chúa Trịnh Tráng sai Trịnh Trượng đem quân vào Nghệ An cùng tàn quân Lê Hữu Đức kháng cự. Quân Trịnh, Nguyễn giao tranh khốc liệt bất phân thắng bại. Binh tướng cả hai bên đều tổn thất rất nặng, buộc cả hai cùng chấp nhận đình chiến. Sông Gianh được lấy làm biên giới phân tranh.

Lịch sử ghi nhận xung đột Trịnh-Nguyễn có tất cả bảy trận giao tranh lớn và hai trận nhỏ vào năm 1662 và 1672 khi quân Trịnh lại tấn công miền Nam, nhưng không thành công. Cho tới khi nhà Tây Sơn nổi lên tiêu diệt cả hai phe Trịnh, Nguyễn, cuộc chiến tranh Trịnh-Nguyễn mới kết thúc.

Chiến tranh Trịnh-Nguyễn được coi là một giai đoạn đen tối trong lịch sử dân tộc. Cuộc chinh chiến đã đẩy người dân vào vòng xoáy bạo lực, làm bia hứng đạn cho cuộc tranh chấp quyền lực giữa hai dòng họ. Tệ hơn nữa là ngay chính trong hai dòng họ Trịnh và Nguyễn cũng cuốn vào vòng xoáy quyền lực đó, bằng những cuộc thanh trừng tiêu diệt nội bộ và gây ra sự suy tàn về kinh tế.

CHÍNH SÁCH CỦA HỌ TRỊNH TẠI ĐÀNG NGOÀI

Vào năm 1599 giang sơn Đại Việt bị chia làm hai phần. Từ sông Gianh trở ra bắc gọi là Đàng Ngoài, từ sông Gianh vào phía nam gọi là Đàng Trong. Đàng Ngoài, quyền hành hoàn toàn nằm trong tay chúa Trịnh, lúc đó là chúa Trịnh Tùng, vua Lê chỉ đóng vai trò hư vị.

Chính sách cai trị của họ Trịnh ở miền Bắc có thể chia ra làm ba thời kỳ như sau:

Thời kỳ đầu, các chúa Trịnh tả xung hữu đột. Lúc này Đàng Ngoài phải đánh nhau với họ Mạc ở phía Bắc và chống chọi với họ Nguyễn ở phương Nam. Vì thế mọi việc sửa đổi chỉ chú trọng tới việc binh bị là chính.

Thời kỳ thứ hai là trong khoảng thời gian bình trị. Lúc này chiến tranh đã tạm yên nên các vấn đề trong nước như phép tắc, luật lệ, thuế khóa, học hành, thi cử đều có cơ hội chỉnh đốn lại.

Thời kỳ thứ ba là trong khoảng thời gian các chúa Trịnh bắt đầu trụy lạc, chỉ biết ăn chơi, vơ vét. Trong thời gian này, các tệ trạng tham ô, cửa quyền tràn lan, các chúa tập trung vào việc khai thác các lợi ích của dòng họ mình. Đất nước trên đà suy thoái, dân tình lầm than. Thêm vào đó chiến tranh lan tràn khắp nơi đưa tới sự sụp đổ của họ Trịnh và nhà Lê cũng kết thúc.

THỜI KỲ LOẠN LẠC

Thời kỳ loạn lạc vào khoảng những năm cuối thế kỷ 16 tới giữa thế kỷ 17. Đây là thời gian các chúa ở Đàng Ngoài phải đánh Nam dẹp Bắc, nên việc cai trị chủ yếu được thiết lập thiên về quân sự. Lê Quí Đôn đã viết về trình trạng này trong *Đại Việt Thông Sử* như sau: "*Từ Nhị Hà trở về Bắc, giặc giã nổi lên khắp nơi, khói lửa không ngớt*".

Năm 1599, vua Lê Thế Tông băng hà. Trịnh Tùng lập con thứ của Lê Thế Tông lên làm vua, tức vua Lê Kính Tông. Bất mãn với sự lộng quyền của Trịnh Tùng, Hòa Quận Công Vũ Đức Cung nổi lên chống lại họ Trịnh ở Tuyên Quang. Đồng thời một số tướng lãnh khác của họ Trịnh cũng làm phản ở Sơn Nam. Năm 1599, Trịnh Tùng tự xưng là Thượng Phụ, Bình An Vương, Đô Nguyên Soái, Tổng Quốc Chính và thiết lập phủ Chúa. Kể từ đây, nhà Lê chỉ còn hư danh, mọi việc quân cơ, cai trị đều do phủ Chúa quyết định. Ngay cả chuyện phế lập ngôi vua cũng nằm trong tay các chúa Trịnh.

THỜI KỲ BÌNH TRỊ VÀ SUY THOÁI

Đây là thời gian có nhiều thay đổi ở Đàng Ngoài, cả về hành chính và quân sự.

Chính sách quân sự

Không phải chỉ trong lúc giặc giã, binh bị mới được để ý tới mà ngay cả thời bình trị, quân đội cũng được trọng dụng trong các thời chúa Trịnh cai trị. Cho tới năm 1677 chúa Trịnh Tạc mới cho các quan văn được vào bàn việc trong phủ Chúa. Còn trước đó chỉ có các quan võ cao cấp, mới được phép vào phủ chúa, bàn luận các việc quốc gia đại sự mà thôi.

Khi họ Trịnh đánh nhau với nhà Mạc, quân số khoảng hơn 56 ngàn người. Sau khi đuổi được họ Mạc lên Cao Bằng rồi. Chúa Trịnh chia binh làm hai loại:

1/ Túc Vệ Quân được tuyển mộ ở Thanh Hóa và Nghệ An

Các binh sĩ này đóng ở kinh thành để bảo vệ phủ chúa, cung vua. Họ được cấp công điền và được hưởng nhiều bổng lộc, bởi vậy còn có tên là Ưu binh. Đạo quân này cũng còn được gọi là lính Tam phủ, vì chỉ được chọn tại ba phủ thuộc Thanh Hóa. Năm 1724 chúa Trịnh Cương còn gọi *"Thanh Hóa là đất thang mộc. Nghệ An là dân ứng nghĩa"*. (Có nghĩa Thanh Hóa là nơi phát sinh của một triều đại và Nghệ An là nơi cung cấp người cho đại sự). Đây là đám kiêu binh vì được các Chúa tin tưởng và dành quá nhiều ưu đãi. Chúng thường hà hiếp dân chúng, nên ai ai cũng đều khiếp sợ. Ngay cả Tham Tụng Phạm Công Trứ và Bồi Tụng Nguyễn Quốc Trinh là những vị quan quan trọng cũng từng bị đám kiêu binh này qua mặt Chúa đốt nhà hoặc giết chết. Trịnh Tạc phải đem tiền bạc phủ dụ chúng mới thôi. Về sau, cũng chính đám kiêu binh này đã góp phần trực tiếp vào sự sụp đổ của dòng họ Trịnh.

2/ Ngoại binh được tuyển từ bốn trấn ở đất Bắc là Sơn Nam, Kinh Bắc, Hải Dương và Sơn Tây

Cũng có thể gọi các binh lính này là thành phần dự bị. Họ chỉ được tuyển mộ đủ để giữ các trấn, hầu hạ các quan chức. Còn bao nhiêu cho về làm ruộng, khi nào dùng tới mới gọi nhập ngũ. Như thời chúa Trịnh Doanh có lắm giặc giã, phải đánh dẹp nhiều nơi, mới gọi đến lính tứ trấn.

Chính Sách hành chánh

Có ba con đường tuyển chọn các quan chức thời Lê-Trịnh.

1/ Chế độ thi cử

Thể thức thi cử vẫn còn theo lề lối thời Lê sơ. Cứ ba năm mở một kỳ thi, gồm có thi Hương, thi Hội rồi tới thi Đình. Tuy nhiên, về khả năng của các sĩ tử được tuyển chọn thường rất hạn hẹp và yếu kém. Kiến thức của đám người này chỉ là những con mọt sách. Học theo lối từ chương và tệ hại hơn nữa, tình trạng gian lận trong kỳ thi và mua bán để thi càng ngày càng phát triển. Phủ chúa thời đó đã phải kêu lên rằng: "Gần đây kẻ đọc kinh lo sưu tầm tiểu chú mà bỏ phần chính văn, kẻ đọc sử tìm ngoại biên mà bỏ cương mục. Học thuộc sơ sài . . . "

2/ Chính sách mua bán quan chức được phổ biến

Thời chúa Trịnh Doanh còn đặt ra lệ nộp tiền để thông qua các kỳ thi. Chỉ cần đóng ba quan là được miễn khảo hạch để vào thi, gọi là thông kinh.

Từ đời Trịnh Giang trở đi, đặt ra lệ cứ tứ phẩm trở xuống ai nộp 600 quan thì được thăng chức một bậc. Còn những người dân thường chỉ cần nộp 2.800 quan là được bổ tri phủ, 1.800

quan được bổ tri huyện. Như thế, hễ ai có tiền là được quyền trị dân, bởi vậy phẩm giá của những người làm quan đời bấy giờ cũng kém dần đi.

3/ Chính sách tiến cử hầu như được áp dụng triệt để cho các võ quan

Vì họ Trịnh muốn tổ chức một quân đội tuyệt đối trung thành với dòng họ mình, nên các chức quan võ trọng yếu, đều được để cử từ các thân tộc dòng họ Trịnh, hoặc các thân tộc trung thành với họ Trịnh mà thôi.

Về Hình luật:

Hình luật cũng gần giống như đời Lê trước đó. Hình pháp được chia ra làm 5 loại gọi là ngũ hình: xuy, trượng, đồ, lưu và tử. Lúc trước tội gì cũng được cho chuộc bằng tiền, nay chúa Trịnh Tạc định lại: Bất cứ ai phạm tội gì cũng theo tội nặng nhẹ mà luận hình, chứ không cho chuộc nữa. Thời chúa Trịnh Cương bỏ luật chặt tay. Và đổi lại là: Ai phải chặt hai bàn tay đổi thành tù chung thân; ai phải chặt một bàn tay đổi thành 12 năm tù v.v...

Các Thứ thuế:

Có nhiều loại thuế được kể tới như sau: thuế Đinh, thuế Điền và Sưu Dịch.

Thuế Đinh: Cứ sáu năm phải làm lại sổ một lần để tùy số dân đinh nhiều ít mà đánh thuế. Mỗi suất đinh đóng một quan hai tiền. Người già từ 50 tới 60 hoặc tráng niên từ 17 tới 19 chỉ phải đóng phân nửa.

Thuế Điền thổ: Cứ mỗi mẫu công điền là phải nạp 8 tiền, ruộng nào cấy hai mùa phải chia ba, quan lấy một phần thóc. Những đất bãi của quan, cứ mỗi mẫu nạp thuế một quan hai tiền. Các ruộng tư điền, ngày trước không phải đóng thuế, đến nay không có ngoại lệ đó nữa; ruộng hai mùa mỗi mẫu đóng ba tiền, ruộng một mùa mỗi mẫu đóng hai tiền.

Ngoài ra còn có các loại thuế đánh vào thổ sản, thuế mỏ, thuế đò, thuế chợ v.v...

CHÍNH SÁCH NGOẠI GIAO CỦA HỌ TRỊNH

Ngoài việc liên hệ với các nước lân bang như Tàu và Ai Lao, các dịch vụ buôn bán, giao thiệp với các nước khác không đáng kể.

Quan hệ với nước Tàu

Trong thời kỳ vua Lê chúa Trịnh cai trị ở Đàng Ngoài, nội tình nước Tàu có nhiều biến động. Do đó mãi tới năm 1667, nhà Thanh sau khi chiếm được toàn bộ lãnh thổ, mới sai sứ giả sang nước ta phong cho vua Lê làm An Nam Quốc Vương và định lệ triều cống. Cống phẩm gồm có: 209 lạng vàng, 691 lạng bạc, 20 sừng tê giác, 10 cặp ngà voi.

Tới năm 1716, nhà Thanh miễn cho ta ngà voi và sừng tê giác, vì đường xá quá xa xôi, vận chuyển khó khăn. Đây là thời kỳ Đàng Ngoài có nhiều biến động nội bộ và vì nỗ lực củng cố miền đồng bằng, nên trong thời gian này nước ta mất đi một phần lãnh thổ tại vùng biên giới vào tay nhà Thanh.

Năm 1672, Vũ Công Tuấn nổi lên chống lại họ Trịnh ở Tuyên Quang. Những lúc thua trận, quân của Tuấn chạy sang biên giới Vân Nam. Năm 1688, Thoại Nhân Bá là thổ ty của nhà Thanh, nhân cơ hội, mang quân đánh dẹp và chiếm luôn một số đất tại ba châu Vị Xuyên, Bảo Lạc và Thủy Vĩ của nước ta. Đồng thời cũng trong thời kỳ này, tàn quân của họ Mạc sau khi thất trận tại Cao Bằng, đã phải rút quân qua biên giới Việt-Tàu, phối hợp với quân của Vũ Công Tuấn cướp phá các vùng thuộc Cao Bằng, Tuyên Quang, Hưng Hóa. Đây lại là một cơ hội tốt cho nhà Thanh trong năm 1688 tới 1690 đem quân đánh chiếm hết một giải đất từ phía tây của Cao Bằng để sáp nhập vào phủ Mông Tự (Mengzi) và phủ Khai Hoa (Kaihua) của Tàu.

Trong tình huống này, họ Trịnh chỉ còn biết sai sứ sang Tàu xin nhà Thanh trả lại những phần đất bị lấn chiếm. Lúc bấy giờ nhà Thanh đang phải đối phó với các cuộc nổi dậy liên tiếp của dân chúng, nên không muốn gây thêm phiền hà tại biên giới. Năm 1726, nhà Thanh đã trả lại một giải đất dài 80 dặm thuộc châu Vị Xuyên và Thủy Vĩ. Tới năm 1728, nhà Thanh lại trả thêm 40 dặm đất nữa thuộc Vị Xuyên, lấy sông Đỗ Chủ làm biên giới. Nhưng còn những phần đất khác đã vĩnh viễn sáp nhập vào lãnh thổ nước Tàu.

Năm 1768-1769 Hoàng Công Chất và con là Hoàng Công Toàn nổi lên chống lại họ Trịnh tại phủ Yên Tây (nay là Lai Châu) giáp với Vân Nam. Công Chất và Công Toàn thua trận, chạy sang biên giới. Quân Thanh lại có cơ chiếm lấy sáu châu Hoàng Nham, Hợp Phi, Quảng Lăng, Tuy Phụ và Khiêm Châu sát nhập vào tỉnh Vân Nam. Họ Trịnh cử sứ giả sang đòi lại, nhưng không thành công, từ đó cả một vùng rộng lớn phía Tây Bắc nước ta mất vào tay nước Tàu.

Quan hệ với Ai Lao

Năm 1574, Lan Xang (tên nước Lào vào giai đoạn đó) bị Miến Điện lấn chiếm, mãi cho tới cuối thế kỷ thứ 16, Lan Xang mới dành lại được độc lập. Triều đại vua Sorinya Vongsa (1637-1694) nước Lan Xang mở rộng lãnh thổ bao gồm gần hết phần đất Lào quốc hiện nay. Dưới triều đại này, quan hệ Việt–Lào hết sức tốt đẹp. Vua Sorinya Vongsa đã kết hôn cùng con gái vua Thần Tông. Sau khi vua Sorinya Vongsa băng hà, nước Lan Xang xảy ra nhiều biến động phế lập. Cháu của vua Sorinya Vongsa là Ông Lô phải bôn tẩu qua nước ta. Năm 1700, Ông Lô được chúa Trịnh Căn giúp trở về nước giết vua đang tại vị, giành lại ngôi báu. Năm 1706 chúa Trịnh Căn còn gả con gái cho vua Ông Lô để giữ hoà khí bang giao.

CHÍNH SÁCH CỦA HỌ NGUYỄN TẠI ĐÀNG TRONG

Tiến trình thành lập Đàng Trong bắt đầu vào cuối năm 1558, khi Nguyễn Hoàng được Trịnh Kiểm cho vào trấn thủ Thuận Hóa. Năm 1570 chúa Trịnh giao nốt Quảng Nam cho Nguyễn Hoàng trị nhậm. Trong những năm đầu chúa Trịnh nhân danh vua Lê, vẫn cho người vào thu thuế và bổ nhiệm các quan chức thân tín vào kiểm soát công việc của họ Nguyễn. Quyền kiểm soát vùng Thuận Hóa-Quảng Nam của triều đình Lê-Trịnh bắt đầu thuyên giảm từ năm 1600, cho tới năm 1613 Nguyễn Hoàng mất, truyền ngôi cho con là Nguyễn Phúc Nguyên (Chúa Sãi).

Chúa Sãi lên ngôi quyết định sa thải các quan chức do vua Lê bổ nhiệm. Di chuyển Phủ Chúa vào Phước Yên. Sửa lại bộ máy hành chánh, thành lập ba Ty là:

1/ Ty Xá coi việc kiện tụng và lưu giữ hồ sơ.

2/ Ty Tướng Thần coi việc thu thuế.

3/ Ty Lệnh Sử lo việc việc tế tự và quân lương.

Năm 1620 Chúa Sãi tuyệt giao với triều đình Lê-Trịnh và kể từ năm 1672, sau khi các cuộc chiến Trịnh Nguyễn chấm dứt, từ Thuận Hóa về phía nam trở thành một giang sơn biệt lập, gọi là Đàng Trong, kinh đô đặt tại Phú Xuân (Huế) để phân biệt với Đàng Ngoài là lãnh thổ Đại Việt phía bắc Thuận Hóa do chúa Trịnh kiểm soát.

TỔ CHỨC CHÍNH TRỊ TẠI ĐÀNG TRONG

Tổ chức hành chánh

Cũng giống như Đàng Ngoài, các Chúa Nguyễn tuyển dụng quan lại bằng ba cách:

1/ Tiến cử con cháu dòng họ quí tộc và kẻ thân tín làm quan: Có ba thành phần được ưu dụng gồm: Dòng tộc nhà họ Nguyễn, tiếp đến những người ở Tống Sơn, Thanh Hóa chạy theo Chúa Tiên (Nguyễn Hoàng) vào Nam. Cuối cùng là những người gốc Thanh Hóa.

2/ Thi cử tuyển lựa người tài: Hình thức thi cử ít được áp dụng. Năm 1640, chúa Thượng (Nguyễn Phúc Lan) mới bắt đầu định phép thi cử. Có hai cấp là Chính Đồ và Hoa Văn. Cứ 9 năm mở một kỳ thi tại kinh đô Phú Xuân. Còn các Dinh thì 5 năm mở khoa thi một lần.

3/ Mua quan bán chức bằng tiền: Ví dụ năm 1725, Chúa Chu (Nguyễn Phúc Minh) chính thức định giá muốn làm Xã trưởng phải nộp 45 quan. Xã có 2 loại chức dịch: Tướng Thần và Xã Trưởng. Việc thăng quan tiến chức được mua bằng tiền như vậy. Tuy nhiên, không phải chức tước nào cũng mua được. Những chức tước quan trọng trong triều đình, các Chúa Nguyễn chỉ tuyển chọn các thân tộc quyền quí mà thôi.

Điều đặc biệt là các quan chức này đều không có lương. Tiền lương bổng của họ đều là nguồn thu hoạch từ dân chúng. Nhưng các Chúa Nguyễn cũng đặt ra mức thu hoạch của các quan lại rõ rệt. Tuy nhiên, muốn làm quan, không phải chỉ bỏ tiền ra một lần, mà phải chi cho nhiều thứ như giỗ tết, đình đám, lấy bằng cấp v.v... do đó các quan nha tìm mọi cách vơ vét tiền tài, của cải trong dân chúng để làm giàu.

Năm 1744, Chúa Vũ (Nguyễn Phúc Khoát) định lại triều nghi. Chúa tự xưng vương hiệu. Sau đó thiết lập các Bộ Lại, Bộ Lễ, Bộ Hình, Bộ Hộ. Thêm vào Binh bộ và Công bộ. Đồng thời thiết lập Hàn lâm viện cho các văn quan. Chúa Vũ cũng chỉ định Tứ trụ triều đình chọn trong các bộ này và đều là người trong hoàng tộc hoặc thân tín.

Tổ chức quân đội:

Trong hoàn cảnh Chúa Nguyễn phải đương đầu với Chúa Trịnh ở Đàng Ngoài và các cuộc bành trướng lãnh thổ về phương Nam, Chúa Tiên (Nguyễn Hoàng) và các chúa kế nghiệp đã phải xây dựng một thể chế lấy quân đội làm chỗ dựa. Binh quyền là ưu tiên hàng đầu, nên các Chúa Nguyễn rất quan tâm tới tạo dựng một quân đội thật hùng mạnh.

Tổ chức quân đội được chia ra làm ba loại:

1/ Quân Túc Vệ: Loại này gồm Tả Tiệp và Hữu Tiệp. Túc Vệ binh chỉ tuyển chọn những người trong hoàng tộc, con cái dòng họ quí tộc, hoặc con cái những người đi theo Chúa Tiên vào Thanh Hóa thưở ban đầu. Cũng vì vậy mà quân số này không nhiều. Do đó, các Chúa Nguyễn còn phải dựa vào binh chính qui ở các Dinh. Túc Vệ binh có bổn phận bảo vệ kinh thành cũng như lo sự an toàn cho các Chúa.

2/ Quân Chính quy: Loại này được tổ chức thành Cơ, Đội và Thuyền, đóng ở các Dinh. Thường thì mỗi thuyền có từ 30 tới 60 người. Nhiều thuyền họp lại thành đội. Nhiều đội họp thành cơ. Đây là quân chủ lực của các Chúa Nguyễn dùng cho các cuộc chinh chiến. Có những cơ chỉ có vài trăm quân mà cũng có những cơ lên tới cả chục ngàn lính.

3/ Thổ binh: Là những binh sĩ địa phương, cũng còn gọi là tạm binh. Quân số của thổ binh rất lớn. Có nhiệm vụ canh giữ, tuần tra và lao động ở những vùng đất mới chiếm được. Thổ binh không được trả lương nhưng được miễn sưu thuế và tự túc canh tác.

Quân chính qui và thổ binh được tuyển chọn từ dân giả từ 18 tới 50 tuổi, trừ trường hợp là con trai độc nhất trong gia đình hoặc bệnh tật.

Từ đầu thế kỷ 17, người Đàng Trong đã học được cách đúc súng và trang bị đại bác cho chiến thuyền. Các chiến thuyền này thường có ba khẩu đại bác, một ở mũi thuyền, và mỗi mạn thuyền một khẩu. Chiến thuyền có khoảng 30 tay chèo và thường lớn hơn chiến thuyền của Đàng Ngoài. Bởi vậy, đã có lần hải quân của Chúa Nguyễn chiến thắng được cả chiến thuyền ngoại quốc.

CÁC CHÚA NGUYỄN MỞ NƯỚC VỀ PHƯƠNG NAM

Chúa Nguyễn chiếm Chiêm Thành

Năm 1611, Chúa Tiên (Nguyễn Hoàng) sai Chủ Sự Văn Phong mang quân chiếm vùng đất của Chiêm Thành giáp giới Quảng Nam, thành lập phủ Phú Yên. Vua Chiêm Thành là Bà Tấm nhiều lần kéo quân đánh Phú Yên, nhưng đều thất bại.

Năm 1653, Chúa Hiền (Nguyễn Phúc Tần) viện cớ quân Chiêm hay quấy nhiễu Phú Yên, nên sai Cai Cơ Hùng Lộc và Xá Cai Minh Vũ đem quân sang đánh Chiêm Thành, Quân nhà Nguyễn tiến tới đốt kinh đô Chiêm, rồi tràn luôn lên tới sông Phan Rang. Vua Chiêm phải bỏ chạy và xin hàng. Chúa Hiền thành lập thêm hai phủ Thái Khanh và Diên Ninh trong vùng đất Chiêm từ Phú Yên tới Phan Rang. Từ đó Chiêm Thành chỉ còn lại vùng đất phía nam sông Phan Rang và hàng năm phải triều cống.

Năm 1693, Chúa Minh (Nguyễn Phúc Chu) thấy vua Chiêm là Bà Tranh không chịu triều cống, nên sai tổng binh Nguyễn Hữu Kính đem quân đánh Chiêm, bắt được Bà Tranh và toàn thể quan quân nước Chiêm, giải về Phú Xuân. Từ đó nước Chiêm hoàn toàn bị xóa sổ. Vùng đất sau cùng của Chiêm Thành được Chúa Minh biến thành trấn Thuận Thành của Đàng Trong. Trong thời gian này, dân Chiêm cũng có vài cuộc kháng chiến, nhưng không thành công. Tuy nhiên, để xoa dịu dân tình tại Chiêm Thành, Chúa Minh đã phong cho một quí tộc Chiêm là Kế Bà Tử làm Phiên Vương trấn Thuận Thành.

Nhưng tới năm 1697 chúa Minh lại đổi trấn Thuận Thành, thành phủ Bình Thuận, đặt quan chức người Việt cai trị.

Chúa Nguyễn Chiếm Chân Lạp

Năm 1620, Chúa Sãi (Nguyễn Phúc Nguyên) gả con gái mình là công chúa Ngọc Vạn cho vua Chân Lạp là Chey Chettha Đệ Nhị. Năm 1623 khi chiến tranh xảy ra giữa Chân Lạp (Chenla) và Xiêm La (Siam), Chúa Nguyễn đã giúp Chân Lạp đánh đuổi quân Xiêm. Nên từ đó, dân Việt được tự do khai khẩn đất hoang, buôn bán miễn thuế tại Chân Lạp. Nhiều nhất tại các vùng Mỗi Xoài (Bà Rịa bây giờ) và Đồng Nai (tức Biên Hòa) dưới sự giúp đỡ của hoàng hậu Ngọc Vạn.

Năm 1625, vua Chân Lạp Chey Chettha đệ nhị băng hà. Nước Chân Lạp xảy ra nhiều biến động, tranh chấp phế lập. Năm 1674, Nặc Ông Nộn giết vua lên ngôi tại Oudong, tiếp đó Nặc Đài, thuộc dòng vua, cầu viện nước Xiêm La đem quân đánh Chân Lạp giúp Nặc Đài lấy lại ngôi báu. Nặc Ông Nộn chạy sang cầu cứu Chúa Nguyễn. Chúa Nguyễn Phúc Tần sai Dương Lâm đem quân giúp Nặc Ông Nộn. Tháng 4 năm 1674, quân Chúa Nguyễn chiếm Sài Gòn và Gò Bích, vây hãm Phnom Penh. Nạc Đài tử trận. Em là Nạc Thu xin hàng. Chúa Nguyễn chia Chân Lạp làm hai tiểu quốc, phong cho Nạc Thu làm chính quốc vương đóng đô tại Oudong, còn Nạc Ông Nộn được phong làm phó quốc vương đóng tại Sài Gòn.

Năm 1688, Hoàng Tiến ở Lạch Than (huyện Kiến Hòa, trấn Định Tường) tự xưng là Phấn Dũng Hổ Uy Tướng Công, đắp chiến lũy, đúc súng, đóng chiến thuyền khiêu chiến với nước

Chân Lạp nhằm chống lại Chúa Nguyễn. Cùng lúc Nạc Thu cũng bỏ triều cống và cầu cứu Xiêm La giúp xây chiến lũy tại Nam Vang, Gò Bích và Cầu Nam nhằm xoá bỏ ảnh hưởng của Chúa Nguyễn với mình.

Tháng 11 năm 1688 Chúa Hiền (Nguyễn Phúc Tần) sai Mai Vạn Long kéo quân tới giúp Nạc Ông Nộn đánh Nạc Thu. Mai Vạn Long dẹp được Hoàng Tiến nhưng bị phía Nạc Thu mua chuộc, kéo dài cuộc chiến tới năm 1690. Chúa Hiền cách chức Mai Vạn Long, cử Nguyễn Hữu Hào thay thế. Nguyễn Hữu Hào cũng bị mua chuộc và bị cách chức như Mai Vạn Long. Tuy nhiên, quân Nguyễn vẫn đóng tại Sài Gòn để đối phó với quân của chánh vương Nạc Thu đang cai trị tại Oudong.

Năm 1691, phó vương Nặc Ông Nộn qua đời. Chúa Minh (Nguyễn Phúc Chu) sai Nguyễn Hữu Kính tới Chân Lạp, tiếp thu nguyên mặt đông Chân Lạp, đặt thành hai Dinh là Trấn Biên (Biên Hòa) và Phiên Trấn (Gia Định).

Chúa Nguyễn thâu nạp Hà Tiên

Năm 1680, Mạc Cửu một cựu thần của nhà Minh (bên Tàu), chống lại nhà Thanh thất bại. Mạc Cửu kéo quân và dòng họ tới Nam Vang, một vùng đất của Chân Lạp để khai phá. Sau được vua Chân Lạp phong cho chức Ốc Nha, cho cai quản Sài Mạt (Hà Tiên). Với tài thao lược sẵn có, Mạc Cửu chẳng bao lâu đã làm chủ một vùng đất rộng lớn gồm có Phú Quốc, Lũng Kỳ, Cần Bột (Kampot), Vũng Thơm, Komponsom, Rạch Giá, Cà Mau. Năm 1708, Mạc Cửu thấy Chân Lạp trên đà suy sụp nên xin phụ thuộc vào Chúa Nguyễn. Năm 1714, Chúa Nguyễn phong cho

Mạc Cửu làm Tổng binh, biến Hà Tiên thành một Trấn của Đàng Trong.

Từ năm 1695 tới năm 1757, nội tình Chân Lạp ngày một rệu rã do tranh chấp quyền lực nội bộ. Cả hai phe đều chạy sang ngoại bang cầu cứu. Những trận đánh liên tiếp xảy ra giữa quân của Chúa Nguyễn và quân Xiêm La trong thời gian này để bảo vệ cho phe của mình.

Năm 1757, vua Chân Lạp Ang Chan II (Nặc Ông Chân) hiến tặng ba vùng đất gồm Chân Sum, Mật Luật, Lợi Kha Bát cho Chúa Nguyễn. Cuộc nội chiến của đất nước Chân Lạp khiến nước này dần tan rã, đất đai của Chúa Nguyễn vùng Hà Tiên ngày một mở mang.

Kể từ đây, Chúa Nguyễn ở Đàng Trong đã cai trị một giải đất rộng lớn từ Nam Hoành Sơn đến mũi Cà Mau, kết thúc việc mở nước về phương Nam. Kết quả này là nhờ chính sách di dân, khẩn hoang bền bỉ và sáng suốt của các Chúa Nguyễn.

Tân Minh Hầu Nguyễn Cư Trinh đã ghi lại rằng: "*Ngày trước lập ra phủ Gia Định cũng trước hết mở xứ Mỗi Xoài, sau mở xứ Đồng Nai, khiến cho quân và dân nhóm họp đông đúc rồi mới mở xứ Sài Gòn. Đó là cách lấy ít đánh nhiều, cứ dần dần như tằm ăn lá…*"

Vào giữa thế kỷ 18, vùng đất của các Chúa Nguyễn được chia thành 12 dinh gồm:

Bố Chính, Quảng Bình, Lưu Đồn, Cựu Dinh, Chính Dinh (Phú Xuân), Quảng Nam, Phú Yên, Bình Khang, Bình Thuận, Trấn Biên, Phiên Trấn, Long Hồ và 1 trấn là Hà Tiên.

NGƯỜI TÂY PHƯƠNG ĐẾN VIỆT NAM VÀ SỰ SUY VONG CỦA CÁC TRIỀU ĐẠI TRỊNH - NGUYỄN

Xã hội Việt Nam giao thoa và tiếp nhận văn hóa phương Tây bắt đầu từ khoảng đầu thế kỷ 16 khi những lái buôn Bồ Đào Nha đến Hội An (thuộc Đàng Trong) buôn bán.

NGƯỜI TÂY PHƯƠNG ĐẾN VIỆT NAM

Năm 1585, một đoàn thuyền gồm năm chiếc của người phương Tây nhưng không xác định được là Bồ Đào Nha (Portuguese) hay Tây Ban Nha (Spanish) đến cướp phá ở Cửa Việt. Chúa Nguyễn Phúc Nguyên, con thứ sáu của Nguyễn Hoàng đem mười chiến thuyền ra chặn đánh buộc nhóm hải tặc này phải rút ra biển.

Sang đầu thế kỷ 17, người Hòa Lan lấn át người Bồ Đào Nha và nhận được sự tiếp đón của Chúa Sãi (Nguyễn Phúc Nguyên).

Năm 1636 người Hòa Lan lập thương điếm tại Quảng Nam. Năm 1637, tàu Hòa Lan cập bến và làm ăn với Chúa Trịnh ở Đàng Ngoài, được hoan nghênh và tiếp đón tử tế ở Kẻ Chợ (Thăng Long). Cũng trong năm đó, Chúa Trịnh cho người Hòa Lan đặt thương điếm ở Phố Hiến. Sau đó vài năm thì cho họ đặt một thương điếm ở kinh đô Thăng Long. Sự giao thương của người Hoà Lan với cả hai đàng nước Đại Việt cũng góp phần vào cuộc xung đột Trịnh-Nguyễn. Năm 1642, người Hòa Lan liên minh với chúa Trịnh, đem một hạm đội gồm năm tàu chiến vào Đà Nẵng cướp bóc, thị uy. Tuy nhiên hạm đội này đã bị đánh bại. Người Hòa Lan cho quân đổ bộ lên vùng ven biển, bắt một số thường dân xử chém để trả thù. Chúa Nguyễn lúc bấy giờ là Nguyễn Phúc Lan đã ra lệnh đóng cửa thương điếm của người Hòa Lan, đốt hàng hóa đổ xuống biển và xử chém một số người Hòa Lan có mặt tại đó. Điều này đã khiến người Hòa Lan liên minh chặt chẽ với chúa Trịnh để chống chúa Nguyễn nhưng vẫn thất bại. Tháng bảy năm 1643, Đô Đốc Pieter Baeck chỉ huy một hạm đội gồm ba tàu chiến sang họp với quân nhà Trịnh ở bắc Bố Chính. Khi hạm đội này đang đi dọc theo hải phận Quảng Nam thì đụng độ với thủy quân của nhà Nguyễn gồm 60 chiến thuyền do Nguyễn Phúc Tần chỉ huy. Soái hạm chỉ huy chở Pieter Baeck bị đánh chìm, hai chiếc còn lại bỏ chạy ra Bắc. Uy tín của người Hòa Lan sụt giảm trong mắt chúa Trịnh và dần không còn được ưu ái. Đến đầu thế kỷ 18 thuyền buôn Hòa Lan không còn lui tới Việt Nam nữa.

SỰ XUẤT HIỆN CỦA THIÊN CHÚA GIÁO Ở VIỆT NAM

Năm 1533 đời vua Trang Tông nhà Lê đã có người Tây đến đất Đại Việt truyền đạo ở huyện Nam Chân (Nam Trực) và huyện Giao Thủy (Nam Định). Tuy nhiên, phải đến đầu thế kỷ 17 thì việc truyền giáo này mới thực sự đạt được kết quả. Năm 1605, phái đoàn đầu tiên của dòng Tên gồm giáo sỹ Francesco Buzomi người Ý, Diego Carvalho người Bồ Đào Nha đã đến xây dựng nhà thờ ở Đà Nẵng. Sau đó họ tiếp tục xây dựng thêm một nhà thờ ở Hội An. Trong vòng mười năm từ 1605 đến 1615 đã có 21 nhà thờ truyền giáo của dòng Tên được xây dựng, sự kiện này cũng cũng đã góp phần trong việc tạo ra chữ quốc ngữ về sau. Năm 1621, linh mục Francisco de Pina người Bồ Đào Nha và linh mục Cristoforo Borri người Ý đã viết một cuốn giảng kinh bằng tiếng Việt. Năm 1631, linh mục Cristoforo Borri cho xuất bản tập bút ký về Đại Việt, trình bày cặn kẽ vị trí, khí hậu, chính quyền, tài nguyên và phong tục tập quán của dân Đàng Trong. Đây cũng là cuốn sách đầu tiên về Việt Nam do người phương Tây viết. Cho tới năm 1631, giáo hội xứ Đàng Trong đã có được khoảng mười lăm ngàn tín đồ, xây dựng nhiều nhà thờ ở Đà Nẵng, Hội An và Quảng Nam.

Năm 1626, dòng Tên mở rộng hoạt động ra ngoài Bắc. Linh mục Guiliani Baldinotti được cử ra Đàng Ngoài và được Trịnh Tráng đón tiếp nồng hậu. Thành quả của chuyến đi đó là một tờ trình được gửi về Vatican đánh dấu cho việc thành lập phái đoàn truyền giáo cho Đàng Ngoài, do linh mục Alexandre de Rhodes dẫn đầu. Alexandre de Rhodes bắt đầu truyền giáo ở Đàng Trong từ năm 1624 đến năm 1627 thì ông đã rất rành rẽ tiếng Việt. Ông ở lại truyền giáo ở Đàng Ngoài trong vòng ba năm và khá thành công.

Các chúa Trịnh và Nguyễn đón tiếp nồng hậu các nhà truyền giáo cũng là có mục đích nhờ vả họ trong cuộc nội chiến giữa hai phe. Chính vì vậy, khi nhận thấy việc mở cửa này không giúp ích gì được cho mưu đồ của mình, thì cả chúa Nguyễn và chúa Trịnh đều bắt đầu chính sách cấm đạo. Năm 1630, chúa Trịnh trục xuất Alexandre de Rhodes, khiến ông phải quay vào hoạt động truyền giáo ở Đàng Trong. Năm 1639, ở Đàng Trong, chúa Thượng ra lệnh cấm đạo, xử tử một số người theo đạo và trục xuất các giáo sỹ ngoại quốc. Năm 1645, Alexandre de Rhodes bị trục xuất về Pháp. Tuy nhiên, việc cấm đạo không được thực hiện nghiêm ngặt mà còn tùy thuộc vào sự hợp tác của các giáo sỹ, cũng như nhu cầu vũ khí và quân sự của các chúa.

Đến giữa thế kỷ 17, những thay đổi trong việc truyền đạo bắt đầu xảy ra. Thế lực Tây Ban Nha suy yếu, người Hòa Lan theo đạo Tin Lành chiếm ưu thế ở Nam Dương Quần Đảo (Indonesia) và làm bá chủ con đường hàng hải Tàu-Nhật, người Bồ Đào Nha cũng mất độc quyền truyền giáo tại Á châu. Năm 1645, Alexandre de Rhodes về Pháp và vận động thành lập hội truyền giáo ngoại quốc của Pháp. Năm 1664, hội truyền giáo này chính thức được thành lập và dần dần giành được ưu thế dưới sự ủng hộ của giới tư bản và chính quyền Pháp. Năm 1665, Đàng Ngoài được chia làm hai giáo phận: địa phận miền Đông, do giám mục Deydier phụ trách và địa phận miền Tây do giám mục Jacque de Bourges cai quản.

Sang thế kỷ 18, việc cấm đạo vẫn còn, tuy nhiên ít có tác dụng và các cuộc đàn áp không được thi hành thường xuyên mà chỉ theo lệnh của các chúa. Ngoài Bắc, năm 1718, Trịnh Cương bắt những người theo đạo cạo đầu và khắc lên mặt bốn chữ "Học Hòa Lan đạo". Việc cấm đạo tại Đàng Trong lỏng lẻo hơn so với Đàng Ngoài. Mãi đến năm 1750, chúa Võ Vương mới trục xuất tất cả giáo sỹ nước ngoài. Các giáo sỹ này chạy lên trú ngụ ở Oudong, Cao Miên (Cambodia) và giữ liên lạc với giáo hội trong nước thông qua việc nhờ cậy những người Việt đánh cá ở Biển Hồ.

CHỮ QUỐC NGỮ

Việc tạo ra chữ quốc ngữ là một công trình lâu dài với sự đóng góp của rất nhiều người. Người đầu tiên tìm cách ghi lại tiếng Việt bằng hệ thống chữ cái La Tinh là linh mục Francisco de Pina người Bồ Đào Nha và linh mục Cristoforo Borri người Ý.

Năm 1621, hai linh mục này đã làm một cuốn giảng kinh bằng tiếng Việt viết bằng chữ La-Tinh (sau này gọi là chữ Quốc Ngữ). Sau Francisco de Pina và Cristoforo Borri, hai giáo sỹ Bồ Đào Nha là Gaspar de Amaral làm cuốn từ điển Việt Nam-Bồ Đào Nha và Antonio Barbosa làm cuốn từ điển Bồ Đào Nha - Việt Nam. Sau này Alexandre de Rhodes đã dựa vào hai cuốn từ điển trên để biên soạn cuốn từ điển Việt-Bồ-La. Alexandre de Rhodes cũng là người có công áp dụng cũng như hoàn chỉnh chữ quốc ngữ.

Chữ quốc ngữ bấy giờ và suốt hai thế kỷ sau đó cũng chỉ được dùng trong việc ghi chép, chuyển ngữ các bài giảng về kinh sách Thiên Chúa Giáo chứ chưa được dùng để thông tin hay sáng tác. Khi Pháp đặt chế độ bảo hộ lên Việt Nam, vì việc sử dụng Pháp ngữ hay chữ Nho quá khó khăn và không thuận tiện giữa người Pháp và dân Việt, chữ quốc ngữ mới được sử dụng. Với lối viết giản dị, dễ học, nói sao viết vậy, chữ quốc ngữ là phương tiện lý tưởng cho mục đích phổ biến chính sách của nhà nước bảo hộ tới dân chúng và điều hành mọi công việc hành chánh.

Về sau, chữ quốc ngữ chỉ thực sự lan rộng trong dân chúng như một phương tiện thông tin, sáng tác và truyền bá văn học khi chính các nhà báo miền Nam như Trương Vĩnh Ký, Huỳnh Tịnh Của và các nhà cách mạng Việt Nam, đặc biệt là nhóm Đông Kinh Nghĩa Thục, đã lợi dụng chính sách dùng chữ quốc ngữ của Pháp để mở rộng sinh hoạt truyền thông và làm phương thức đấu tranh thức tỉnh dân Việt giành độc lập.

SỰ SUY THOÁI CỦA HỌ NGUYỄN Ở ĐÀNG TRONG

Sau khi cuộc nội chiến Trịnh-Nguyễn kết thúc, các chúa Nguyễn bắt đầu quay ra hưởng lạc. Chúa Nguyễn Phúc Chu (1691 – 1725) là người đầu tiên biểu hiện thái độ đó. Đến thời chúa Nguyễn Phúc Khoát (xưng là Võ Vương 1738 – 1765) cho xây dựng lại kinh thành Phú Xuân với quy mô một đế đô để chứng tỏ ngang bằng với họ Trịnh. Năm 1765 Nguyễn Phúc Khoát mất, cậu ruột đồng thời là sui gia của chúa Nguyễn Phúc Khoát là Trương Phúc Loan đã hoán sửa di chiếu, lập người con thứ mười sáu của Nguyễn Phúc Khoát là Nguyễn Phúc Thuần lên làm chúa, khi ấy mới mười một tuổi. Trương Phúc Loan thao túng quyền bính, làm nhiều điều tàn ác khiến ai ai cũng oán giận.

Năm 1746, cuộc khởi nghĩa đầu tiên nổ ra do người Chàm ở Thuận Hóa nổi dậy. Nhưng cuối cùng, vì thiếu khí giới, lương thực nên quân Chàm thất bại, các thủ lãnh bị bắt và bị giết chết. Năm 1747, nhóm thương nhân người Hoa do Lý Văn Quang cầm đầu bất ngờ đánh úp dinh Trấn Biên, Gia Định. Không chiếm được dinh, Lý Văn Quang phải rút về bãi Đông Phố ở giữa sông Đồng Nai, sau đó bị quân họ Nguyễn bắt sống. Năm 1770, một cuộc nổi dậy lớn của người Hré, một sắc tộc thiểu số sống tập trung ở vùng núi Quảng Ngãi, Bình Định làm rung động chính quyền.

Năm 1771, cuộc khởi nghĩa Tây Sơn do ba anh em Nguyễn Nhạc, Nguyễn Lữ, Nguyễn Huệ lãnh đạo nổ ra sau khi những cuộc khởi nghĩa khác của dân chúng ở Đàng Trong bắt đầu suy tàn. Thế Nguyễn Nhạc mỗi ngày một mạnh, quân triều đình không đánh dẹp được. Sau khi Nguyễn Nhạc lấy được thành Quy Nhơn, có các thương nhân là Tập Đình và Lý Tài cũng mộ quân nổi lên phò giúp nhà Tây Sơn. Chẳng bao lâu, từ đất Quảng Nghĩa vào đến Bình Thuận đều thuộc về quân Tây Sơn cai quản.

Ở ngoài Bắc, chúa Trịnh Sâm biết thế suy yếu của nhà Nguyễn, nên đã đem hơn ba vạn quân vào đất Bố Chính đánh họ Nguyễn, ngoài miệng nói là vào đánh Trương Phúc Loan. Cuối năm 1774, quân chúa Trịnh lấy được lũy Trấn Ninh. Sau khi bắt được Trương Phúc Loan, quân Trịnh lại viện cớ quân Tây Sơn vẫn còn nên kéo quân xuống Phú Xuân để cùng đánh giặc. Chúa Nguyễn biết mưu, đem thủy quân trấn giữ ở sông Bái Đáp Giang (Quảng Điền) nhưng bị đánh úp tan tác. Quân nhà Trịnh tiến chiếm thành Phú Xuân, chúa Nguyễn và các quan chạy vào Quảng Nam. Trịnh Sâm phong cho Hoàng Ngũ Phúc làm Đại Trấn Thủ đất Thuận Hóa để tính chuyện lấy Quảng Nam, còn mình rút quân về Bắc.

Chúa Nguyễn chạy vào Quảng Nam được mấy tháng thì quân Tây Sơn từ Quy Nhơn tiến đánh, chúa Nguyễn thua chạy về Trà Sơn. Liệu chừng không chống giữ được, chúa Nguyễn cùng cháu là Nguyễn Phúc Ánh xuống thuyền chạy vào Gia Định.

Vương quyền của các Chúa Nguyễn tại Đàng Trong kể như chấm dứt từ đó, nhường chỗ cho thế lực bành trướng của nhà Tây Sơn.

SỰ SUY THOÁI CỦA HỌ TRỊNH Ở ĐÀNG NGOÀI

Do không thể mở rộng lãnh thổ về phía Nam, mà dân số ngày càng tăng, đồng thời có tình trạng những quan lại và người có thế lực xâm chiếm ruộng công hoặc ruộng tư của dân, lại gặp phải những năm mất mùa do thiên tai, khiến dân tình vô cùng đói khổ. Năm 1711, chúa Trịnh Cương đã phải hạ lệnh cấm các nhà giàu không được lập các trang trại. Nhưng lệnh cấm này không đạt được hiệu quả bao nhiêu. Phần khác Trịnh Cương sau khi mới nắm quyền có một số cải tổ chính trị, chỉnh đốn kỷ cương, nhưng lại rơi ngay vào sa đọa, say mê xây cất cung điện, chùa chiền để tuần du thưởng lãm. Năm 1729, Trịnh Cương chết, Trịnh Giang lên thay. Từ thời Trịnh Giang trở đi, họ Trịnh rơi vào suy thoái nghiêm trọng, nhiều cuộc nổi loạn xảy ra khắp nơi. Trong triều, Trịnh Giang đã ám hại những triều thần không về phe mình và tin dùng bọn hoạn quan, xây dựng vây cánh. Do đó dẫn đến việc bọn hoạn quan lũng đoạn triều chính.

Lợi dụng tình trạng trên, nhà sư Nguyễn Dương Hưng đã tập hợp được hàng ngàn dân lưu vong và bất mãn với họ Trịnh tạo thành cuộc khởi nghĩa đầu tiên. Nguyễn Dương Hưng chiếm núi Tam Đảo làm căn cứ, xưng vương hiệu, đặt quan chức, công khai chống lại họ Trịnh. Cuộc nổi dậy của Nguyễn Dương Hưng bị dẹp tan vào cuối năm 1737. Nhưng ngay sau đó lại nổ ra cuộc khởi nghĩa do Lê Duy Mật cầm đầu vào năm 1738. Lợi dụng lúc chính quyền họ Trịnh gặp khó khăn, Lê Duy Mật cùng với một nhóm tôn thất nhà Lê toan tính đốt phá kinh thành, diệt trừ họ Trịnh. Việc bất thành, đám triều thần tham gia bị giết chết, Duy Mật chạy trốn vào vùng thượng du Thanh Hóa và cầm cự với quân họ Trịnh đến năm 1769 thì bị đánh bại.

Sau hai cuộc khởi nghĩa của Nguyễn Dương Hưng và Lê Duy Mật, phong trào bạo loạn của dân chúng bùng lên gần như toàn bộ miền Bắc. Khoảng thời gian từ 1740 đến 1751 là thời điểm cực thịnh của các cuộc khởi nghĩa. Lúc này, Trịnh Giang đã tự giam mình ở cung Thưởng Trì, mọi quyền hành rơi vào tay hoạn quan Hoàng Công Phụ. Đầu năm 1740, Hoàng Công Phụ chỉ huy đại quân đi đàn áp khởi nghĩa ở Hải Dương. Nhân cơ hội đó, Nguyễn Quý Cảnh cùng một số triều thần khởi binh giết chết bè đảng của Hoàng Công Phụ, lập Trịnh Doanh lên làm chúa, tôn Trịnh Giang làm Thái Thượng Vương. Hoàng Công

Phụ nghe tin liền bỏ trốn. Trịnh Doanh lên ngôi chúa lập tức tiến hành cải cách, đình bãi các công trình xa xỉ, giảm thuế, triệt bỏ một số tuần ty không hợp lệ, cấm mua bán ức hiếp dân chúng, miễn tô ruộng cho hai xứ Thanh Nghệ. Mặt khác, Trịnh Doanh cấp tốc tăng cường lực lượng quân sự, chiêu mộ tinh binh, rèn đúc vũ khí, chỉnh đốn quân đội các trấn, đặc biệt là thủy binh. Trịnh Doanh tiến hành sắm sửa thêm quân nhu, khí giới, tích trữ lương thực, thu gom các vật liệu chế tạo súng đạn, tịch thu tượng Phật, chuông khánh ở một số nơi để đúc súng. Ngoài ra Trịnh Doanh còn đặc biệt trọng đãi đám ưu binh nên họ Trịnh đã có được một đạo quân hùng mạnh đủ sức đè bẹp các cuộc nổi loạn lúc bấy giờ.

Dưới triều đại họ Trịnh, cuộc nổi dậy quan trọng nhất là của Hoàng Công Chất, kéo dài suốt 30 năm, phát xuất từ vùng Sơn Nam, "khi tan, khi họp" đánh phá quân triều đình qua nhiều địa phương, có khi tấn công cả vào Thăng Long. Từ Sơn Nam, Hoàng Công Chất chuyển qua vùng Thanh Hóa rồi ngược lên Hưng Hóa. Sau cùng lực lượng của Hoàng Công Chất tụ lại tại vùng giáp giới với Vân Nam nên quân Trịnh đã phải phối hợp với quân nhà Thanh để cùng tiểu trừ nhưng cũng thất bại. Hoàng Công Chất lập căn cứ tại động Mãnh Thiên (Lai Châu) rồi kéo quân đánh phá khắp nơi. Tới năm 1768, chúa Trịnh Sâm sai quân tiến đánh căn cứ Mãnh Thiên, lúc này Hoàng Công Chất đã chết, con là Hoàng Công Toản thua chạy qua Vân Nam, nhưng 7 trong số 10 châu thuộc phủ Yên Tây do Hoàng Công Chất chiếm được đã không chịu hàng phục mà xin sáp nhập vào với Thanh triều khiến nước ta mất đi phần lãnh thổ đó.

Do chính sách chú trọng vào việc xây dựng và đặc biệt ưu đãi quân đội, chúa Trịnh đã tạo nên được một đạo quân hùng mạnh nhưng đã gây nên hậu quả là đám ưu binh đó ngày càng kiêu, đi cướp phá các nhà, cả dân lẫn quan, không ai kiềm chế được.

Năm 1767, Trịnh Doanh chết, con trai là Trịnh Sâm lên kế nghiệp. Trịnh Sâm đau yếu luôn, quyền bính về tay Quận Huy Hoàng Đình Bảo. Khi Trịnh Sâm chết, Hoàng Đình Bảo vì tình riêng đã phế bỏ thế tử là Trịnh Khải để lập Trịnh Cán. Trịnh Khải dựa vào đám kiêu binh để giành lại ngôi, nhưng liền sau đó trở thành nạn nhân. Năm 1784, kiêu binh tam phủ vào trấn giữ luôn phủ chúa, kéo nhau đi cướp phá các làng.

Tình thế của họ Trịnh lúc bấy giờ là trong chia phe đảng và loạn kiêu binh, ngoài đương đầu với hàng loạt cuộc khởi nghĩa. Đặc biệt lúc đó, quân Tây Sơn của Nguyễn Nhạc đã thu nạp được Nguyễn Hữu Chỉnh là một viên quan của họ Trịnh. Sau khi Hoàng Đình Bảo bị kiêu binh giết chết, Chỉnh khuyên Tây Sơn nên nhân dịp ra đánh Thuận Hóa. Tháng năm năm 1786 quân Tây Sơn lấy được đất Thuận Hóa ra đến Linh Giang.

Sau khi Tây Sơn lấy được đất Thuận Hóa, Nguyễn Hữu Chỉnh hiến kế cho Nguyễn Huệ đánh thẳng ra Bắc Hà. Quân Tây Sơn tiến tới Thăng Long, đánh tan thủy quân họ Trịnh. Trịnh Khải đối đầu không lại nên bỏ chạy lên Sơn Tây, trên đường đi thì bị bắt nộp cho nhà Tây Sơn nên đã tự sát. Nguyễn Huệ cho lấy vương lễ tống táng chúa Trịnh rồi vào thành Thăng Long yết kiến vua Lê, kết thúc nghiệp chúa của họ Trịnh kéo dài 216 năm từ Trịnh Tùng đến Trịnh Khải (1570–1786).

HOÀNG CƠ ĐỊNH chủ biên

TRIỀU ĐẠI TÂY SƠN

Anh em Tây Sơn khởi nghiệp từ năm 1771, nhưng phải đến năm 1778 mới lập nên triều đại Tây Sơn và đến năm 1802 bị Nguyễn Phúc Ánh tiêu diệt. Một triều đại chỉ tồn tại 24 năm do ba anh em thường dân Nguyễn Nhạc, Nguyễn Huệ và Nguyễn Lữ tạo dựng nên với những cuộc cải cách quốc gia quan trọng, nhưng cũng để lại dấu ấn của sự tranh giành quyền lực nội bộ điển hình trong lịch sử Việt Nam. Trong ba anh em, người được sử sách nhắc đến nhiều nhất là Nguyễn Huệ, tức hoàng đế Quang Trung. Ông được coi là vị anh hùng dân tộc "bách chiến bách thắng", với những chiến công chống ngoại xâm và cũng là người để ra nhiều cải cách quan trọng trong việc xây dựng đất nước.

TÂY SƠN KHỞI NGHĨA

Nguyễn Nhạc dựng cờ khởi nghĩa năm 1771 tại đất Tây Sơn, ban đầu lực lượng của ông chủ yếu là dân từ các sắc tộc miền núi và lấy danh nghĩa chống lại Quốc Phó Trương Phúc Loan, ủng hộ hoàng tôn Nguyễn Phúc Dương là cháu đích tôn của Vũ Vương Nguyễn Phúc Khoát. Thời đó, quyền lực Đàng Trong hoàn toàn trong tay Trương Phúc Loan, khét tiếng xa hoa tham nhũng. Năm 1772, chúa Nguyễn đem quân tới trấn áp nhưng quân Tây Sơn đều phản công thắng lợi.

Lực lượng của Nguyễn Nhạc được lòng dân do sự bình đẳng, không tham ô của dân và lấy của người giàu chia cho người nghèo, cho nên ngày càng có được nhiều người ủng hộ.

Sau khi đứng vững ở địa bàn ấp Tây Sơn, năm sau, cuộc khởi nghĩa lan rộng và nghĩa quân Tây Sơn đã đánh thắng nhiều trận, chống trả lại quân chúa Nguyễn được phái tới trấn áp. Tới năm 1773 quân Tây Sơn, có các thương nhân là Tập Đình và Lý Tài cũng mộ quân nổi lên phò giúp, đã dùng mưu đánh chiếm được thành Quy Nhơn. Sau đó nhanh chóng đánh xuống phía nam, kiểm soát vùng đất từ Quảng Ngãi đến Phú Yên, cắt đôi lãnh thổ Đàng Trong của chúa Nguyễn. Nguyễn Nhạc tự xưng là Đệ Nhất Trại Chủ, cai quản hai huyện Phù Ly, Bồng Sơn. Nguyễn Thung xưng là Đệ Nhị Trại Chủ. Huyền Khê xưng Đệ Tam Trại Chủ, coi việc quân lương.

QUÂN TRỊNH THAM CHIẾN

Tháng 11 năm 1774, chúa Trịnh Sâm sai Quận Việp Hoàng Ngũ Phúc, một viên tướng lão luyện, mang 4 vạn quân tiến vào Nam tấn công Phú Xuân (Huế), cũng lấy danh nghĩa trừng phạt Trương Phúc Loan giúp chúa Nguyễn. Mặc dù chúa Nguyễn Phúc Thuần buộc phải trói Trương Phúc Loan nộp cho Hoàng Ngũ Phúc nhưng quân Trịnh vẫn tiến đánh và chiếm thành Phú Xuân, khiến quân chúa Nguyễn không chống nổi, phải bỏ chạy về Quảng Nam. Tại đây chúa Nguyễn lại bị quân Tây Sơn uy hiếp, cùng thế buộc phải mang gia quyến trong đó có Nguyễn Phúc Ánh theo đường biển chạy vào Gia Định (Sài gòn).

Từ miền Nam, tháng 5 năm 1775, tướng của chúa Nguyễn là Tống Phước Hiệp tiến quân ra Phú Yên đánh Tây Sơn và chiếm được Phú Yên, Nguyễn Nhạc chỉ còn giữ Quy Nhơn và Quảng Ngãi, bị kẹp giữa hai thế lực Trịnh và Nguyễn

Lúc đó Quân Trịnh tiếp tục đi về phía Nam vượt đèo Hải Vân, và đụng độ với quân Tây Sơn ở Quảng Nam. Quân Tây Sơn thua trận. Trước tình thế "lưỡng đầu thọ địch", Nguyễn Nhạc xin giảng hòa với quân Trịnh, trên danh nghĩa đầu hàng nhà Lê và xin làm tiên phong đi đánh chúa Nguyễn ở Gia Định. Hoàng Ngũ Phúc bằng lòng, mặc dù biết chắc Tây Sơn là mối đe dọa cho mình về sau, nhưng không làm gì hơn được.

Tháng 7 năm 1775, Nguyễn Nhạc sai Nguyễn Huệ đánh Phú Yên, quân Nguyễn bị thua tan rã. Tống Phúc Hiệp phải rút về Hòn Khói (Nha Trang). Từ đó thế lực quân Tây Sơn được củng cố dần, Hoàng Ngũ Phúc đành xin chúa Trịnh sai Nguyễn Hữu Chỉnh đem ấn kiếm vào phong cho Nguyễn Nhạc là Tây Sơn Hiệu Trưởng Tráng Tiết Tướng Quân, rồi dâng biểu về triều xin về Thuận Hóa, nhưng trên đường về Hoàng Ngũ Phúc lâm bệnh chết. Từ đó toàn bộ khu vực đèo Hải Vân trở xuống đều thuộc về nghĩa quân Tây Sơn và chúa Trịnh Sâm phong cho Nguyễn Nhạc trấn thủ Quảng Nam.

TÂY SƠN TIẾN ĐÁNH GIA ĐỊNH

Tháng 4 năm 1777, quân Tây Sơn dưới sự chỉ huy của Nguyễn Huệ, tiến đánh quân chúa Nguyễn. Nguyễn Phúc Thuần thua bỏ trốn nhưng bị bắt đem giết vào cuối năm 1777. Nguyễn Phúc Ánh, con trai của Nguyễn Phúc Luân (hoàng tôn triều Nguyễn) lúc đó 15 tuổi, chạy thoát ra đảo Thổ Châu.

Nguyễn Lữ và Nguyễn Huệ lấy xong đất Gia Định, để tổng đốc Chu ở lại trấn thủ, rồi đem quân về Quy Nhơn.

Nhà Tây Sơn trên cơ bản đã chinh phục được toàn bộ lãnh thổ của họ Nguyễn, tăng cường sức mạnh và uy thế. Năm 1778, Nguyễn Nhạc tự xưng làm vua, lập triều đại Tây Sơn, đặt niên hiệu là Thái Đức, đóng đô tại thành Quy Nhơn (thành Đồ Bàn cũ của nước Chiêm Thành), phong cho Nguyễn Lữ làm Tiết Chế, Nguyễn Huệ là Long Nhương Tướng Quân, từ đó nhà Tây sơn không còn ràng buộc với chúa Trịnh nữa.

Sau khi Nguyễn Huệ và Nguyễn Lữ về Quy Nhơn, Nguyễn Phúc Ánh, được tướng Đỗ Thanh Nhơn phò lập làm chúa, đã tụ tập lại lực lượng trung thành, khởi binh từ đất Long Xuyên đánh đuổi quân Tây Sơn tại Gia Định, rồi lấy lại thành Bình Thuận và thành Diên Khánh.

Năm 1780 Nguyễn Phúc Ánh xưng vương, thông thương với Xiêm La, đem quân đi đánh và bảo hộ Chân Lạp. Đồng thời xây dựng củng cố đất Gia Định để phòng bị chiến tranh.

Năm 1782 Nguyễn Nhạc và Nguyễn Huệ đem hơn 100 chiến thuyền vào cửa Cần Giờ, đánh nhau với quân Nguyễn Vương. Nguyễn Vương thua to, phải bỏ thành Sài Gòn chạy về đất Tam phụ (Ba Giồng), rồi ra lánh ở đảo Phú Quốc. Sau khi Nguyễn Nhạc và Nguyễn Huệ rút về Quy Nhơn, quân nhà Nguyễn lại nổi dậy chiếm lại được thành Sài Gòn và đón Nguyễn Phúc Ánh về. Năm 1783, quân Tây Sơn lại tiến đánh, Nguyễn Phúc Ánh cùng gia quyến phải bỏ chạy ra Phú Quốc. Tháng 6 năm 1783, Nguyễn Huệ ra đánh Phú Quốc, Nguyễn Phúc Ánh chạy về Côn Lôn. Quân Nguyễn Huệ gặp phải bão, bị đắm nhiều thuyền nên rút lui. Nguyễn Phúc Ánh (thường gọi là Nguyễn Ánh) thoát chết, quay trở về Phú Quốc.

TÂY SƠN ĐÁNH BẠI QUÂN XIÊM

Trong thời gian còn chống trả Tây Sơn tại Nam Phần, Nguyễn Ánh nhiều lần thông qua giám mục Pigneau de Béhaine (Bá Đa Lộc) để cầu viện người Pháp nhưng không thu được nhiều kết quả. Do đó Nguyễn Ánh chuyển sang cầu viện Xiêm La (Thailand).

Năm 1784, Nguyễn Ánh từ Hà Tiên sang Xiêm La hội kiến với vua Xiêm La là Chất Tri (Chakri, Rama I) tại Vọng Các (Bangkok). Vua Xiêm sai hai tướng là Chiêu Tăng, Chiêu Sương đem 2 vạn thủy binh cùng 300 chiến thuyền sang hỗ trợ Nguyễn Ánh và đã nhanh chóng lấy được Rạch Giá, Ba Thắc, Trà Ôn, Mân Thít, Sa Đéc. Vua Tây Sơn lập tức sai Long Nhương Tướng Quân Nguyễn Huệ đem quân vào đánh. Sau khi vào Gia Định,

Nguyễn Huệ cho bố trí trận địa và nhử quân Xiêm đến gần đoạn sông Rạch Gầm và Xoài Mút ở phía trên Mỹ Tho. Trận chiến diễn ra không đầy một ngày, Nguyễn Huệ đã tiêu diệt hoàn toàn quân Xiêm. Nguyễn Ánh cùng tàn quân Xiêm tháo chạy về Bangkok.

TÂY SƠN TIẾN QUÂN RA BẮC, LẬT ĐỔ CHÚA TRỊNH

Tại phía Bắc lãnh thổ Đàng Trong, quân Trịnh sau khi tiến qua sông Gianh, chiếm được Phú Xuân lại ra sức cướp bóc dân chúng thậm tệ, khiến cho ai nấy đều oán hận. Trong khi ở ngoài Bắc tình trạng loạn to, kiêu binh nổi lên cướp bóc và bức hại dân, đồng thời diệt Trịnh Cán, lập Trịnh Khải và thao túng triều đình. Nguyễn Hữu Chỉnh phải trốn vào Đàng Trong theo phò Nguyễn Nhạc. Chỉnh biết rõ tình hình quân Trịnh nên khuyên Tây Sơn nên nhân cơ hội đánh chiếm lại Phú Xuân.

Giữa năm 1786 Nguyễn Nhạc sai Nguyễn Huệ chỉ huy quân thủy bộ, phụ tá là Nguyễn Hữu Chỉnh và Vũ Văn Nhậm tiến đánh quân Trịnh tại Phú Xuân đạt thắng lợi dễ dàng. Nguyễn Hữu Chỉnh khuyên Nguyễn Huệ nhân đà thắng trận tiến thẳng quân ra Bắc. Nguyễn Huệ nghe theo lời Chỉnh, một mặt cho người vào thông báo cho Nguyễn Nhạc, mặt khác chia đại quân làm hai cánh tiến thẳng ra Bắc. Trước sự tấn công vũ bão của Tây Sơn, quân họ Trịnh hoàn toàn tan rã. Nguyễn Huệ tiến vào Thăng Long, tuyên bố trả lại quyền bính cho nhà Lê rồi rút quân về Phú Xuân.

Chẳng bao lâu, Bắc Hà lại loạn trở lại, vua Lê lúc đó là Lê Chiêu Thống hoàn toàn bất lực trước dư đảng họ Trịnh, cho người vào Nghệ An vời Nguyễn Hữu Chỉnh. Nguyễn Hữu Chỉnh nhân cơ hội đem quân tiến ra Bắc lần nữa, dẹp tan dư đảng họ Trịnh và vua Lê Chiêu Thống thành bù nhìn trở lại, lần này là trong tay Nguyễn Hữu Chỉnh.

Thấy Nguyễn Hữu Chỉnh có hành động phản nghịch, Nguyễn Huệ sai Vũ Văn Nhậm đem quân ra Bắc trừng trị Chỉnh. Quân của Nguyễn Hữu Chỉnh không địch nổi với Vũ Văn Nhậm, Chỉnh bị bắt đem về Thăng Long hành quyết, vua Lê Chiêu Thống không nơi nương tựa phải cùng gia đình bỏ trốn rồi quyết định sang Tàu cầu viện. Đất Bắc từ đó hoàn toàn thuộc quyền Tây Sơn.

QUANG TRUNG ĐẠI PHÁ QUÂN THANH

Theo lời cầu viện của Lê Chiêu Thống, cuối năm 1788, vua Thanh đương thời là Càn Long (Qianlong) sai Tôn Sĩ Nghị chỉ huy hơn 20 vạn quân hộ tống Lê Chiêu Thống về Việt Nam với danh nghĩa phù Lê. Quân nhà Thanh theo ba ngả Trấn Nam Quan, Tuyên Quang và Cao Bằng tràn vào lãnh thổ Bắc Việt, tiến chiếm thành Thăng Long. Theo lời khuyên của Ngô Thời Nhiệm, quân Tây Sơn do Ngô Văn Sở và Phan Văn Lân chỉ huy phải rút về cố thủ tại núi Tam Điệp.

Ngày 22 tháng 12 năm 1788, để có danh nghĩa chính thống, Nguyễn Huệ lên ngôi Hoàng Đế, lấy hiệu là Quang Trung. Với lý do vua Lê Chiêu Thống đã bỏ nước ra đi nay lại rước giặc về xâm lăng bờ cõi, vua Quang Trung xuất quân tiến đánh ra Bắc Hà.

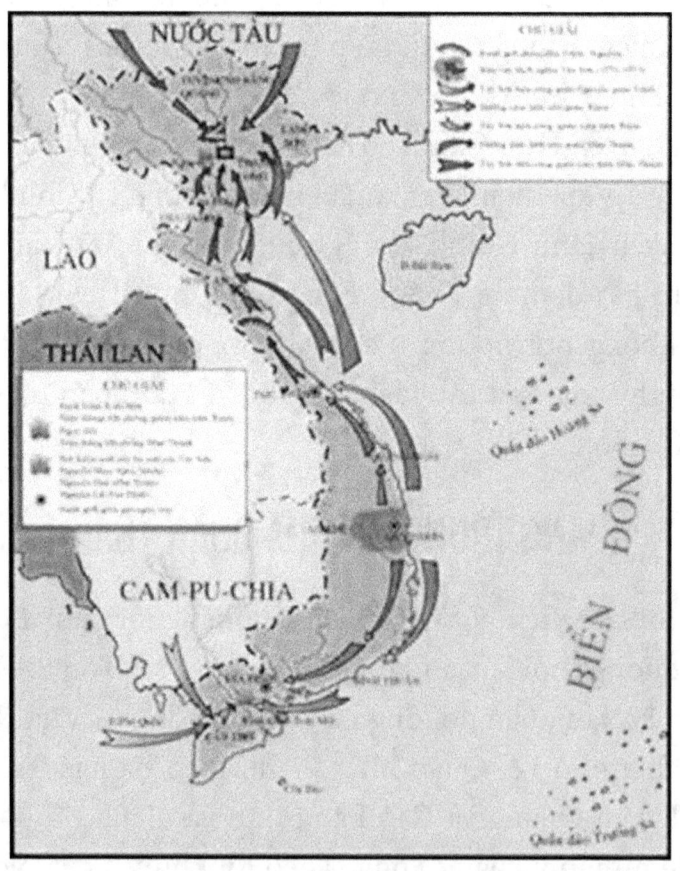

Sự bành trướng của triều đại Tây Sơn

Ngày 26 tháng 12 năm 1788, đại quân của Hoàng Đế Quang Trung tới Nghệ An, dừng quân tại đó 10 ngày để tuyển quân và củng cố lực lượng, nâng quân số lên 10 vạn, tổ chức thành 5 đạo:

tiền, hậu, tả, hữu và trung quân. Ngoài ra còn có một đội tượng binh với hơn 100 voi chiến.

Ngày 15 tháng 1 năm 1789, đại quân của Quang Trung đã ra đến Tam Điệp, Ninh Bình. Sau khi xem xét tình hình, Quang Trung tuyên bố với toàn quân rằng chỉ trong 10 ngày sẽ quét sạch quân Thanh.

Sớm hơn cả dự tính, chỉ trong vòng 6 ngày, kể từ đêm 30 Tết, quân Tây Sơn đã đánh tan 20 vạn quân Thanh ở Ngọc Hồi, Đống Đa. Trưa mồng 5 Tết, năm 1789, quân Tây Sơn tiến vào Thăng Long. Tôn Sĩ Nghị, Lê Chiêu Thống cùng tàn quân bỏ chạy về Tàu.

BA TRIỀU ĐÌNH TÂY SƠN

Nhà Tây Sơn khởi nghiệp vào năm 1771, sau khi cực thịnh vài năm thì bắt đầu chia rẽ nội bộ. Tây Sơn chia làm ba triều đình nhỏ, Nguyễn Nhạc phong cho Nguyễn Huệ làm Bắc Bình Vương cai trị từ đèo Hải Vân ra phía Bắc, Nguyễn Lữ làm Đông Định Vương trấn thủ đất Gia Định, còn Nhạc là Trung Ương Hoàng Đế đóng đô tại Quy Nhơn.

Đông Định Vương Nguyễn Lữ

Trong 3 anh em, Nguyễn Lữ yếu kém hơn cả. Từ năm 1776 tới 1785 quân Tây Sơn đã 6 lần tấn công vào Gia Định, lần nào cũng đánh quân Nguyễn Ánh chạy tan tành. Nhưng mỗi lần quân chủ lực Tây Sơn rút về Quy Nhơn, các trung thần của Nguyễn Ánh lại tụ tập phản công chiếm lại Gia Định. Hai bên cứ duy trì thế giằng co như vậy cho đến tháng 8 năm 1788 Nguyễn Ánh giữ được quyền kiểm soát tuyệt đối Gia Định. Nguyễn Lữ bạc nhược trở về Quy Nhơn rồi lâm bệnh qua đời.

Trung Ương Hoàng Đế Nguyễn Nhạc

Tuy xưng danh Trung Ương Hoàng Đế nhưng Nguyễn Nhạc không thể hiện được vai trò đó. Vì thế khi Nguyễn Ánh tấn công Gia Định, Nguyễn Lữ bỏ chạy, Nguyễn Nhạc vẫn an vị không hề cử quân tiếp viện hay phản công. Ông cũng không có chương trình cai trị gì đáng lưu ý trong vùng Quy Nhơn, Bình Thuận do ông kiểm soát. Tới năm 1790 thế Nguyễn Ánh ngày một lớn Nguyễn Nhạc rút quân về cố thủ tại Quy nhơn, bỏ mất Bình Thuận. Khi bị Nguyễn Ánh tấn công, bao vây Quy Nhơn, Nguyễn Nhạc phải cho người ra Phú Xuân cầu viện. Vào lúc này vua Quang Trung Nguyễn Huệ đã mất, quyền hành trong tay con trai Quang Toản. Quang Toản gửi quân vào giải vây Quy Nhơn, đuổi được quân Nguyễn Ánh, nhưng chiếm luôn thành tiếm quyền bác ruột khiến Nguyễn Nhạc uất ức lâm bệnh chết.

Bắc Bình Vương Nguyễn Huệ

Trong ba vương triều do Tây Sơn lập nên, vương triều của Nguyễn Huệ là lâu dài và có nhiều đóng góp cho lịch sử nước ta hơn cả. Vào cuối năm 1788, Nguyễn Huệ lên ngôi Hoàng Đế, lấy hiệu là Quang Trung. Sau khi đánh bại quân Thanh, vua Quang Trung đã trở thành vị lãnh đạo tối cao của triều Tây Sơn và là Hoàng Đế duy nhất được nhà Thanh công nhận là vị vua chính thống của Đại Việt (thay thế địa vị của nhà Hậu Lê).

NHÀ TÂY SƠN DƯỚI TRIỀU VUA QUANG TRUNG

Về hành chánh và quân sự

Sau khi chiến thắng quân xâm lăng, vua Quang Trung đã thiết lập một triều đình trung ương theo cơ cấu truyền thống giống như các thời nhà Đinh và Tiền Lê trước đây. Vua cho các con trấn giữ các địa bàn hiểm yếu nhưng không được cấp thái ấp riêng để tránh hiểm họa hùng cứ một phương.

Tại các trấn, xã, vua cho làm lại sổ đinh, dân ai cũng phải biên vào sổ, rồi cấp cho mỗi người một thẻ bài, khắc bốn chữ "Thiên Hạ Đại Tín", chung quanh ghi tên họ quê quán, và phải điểm chỉ làm tin. Người nào cũng phải mang theo trong người thẻ ấy gọi là tín bài.

Các đơn vị quân sự được chia thành đạo, rồi tới cơ, đội. Mỗi trấn có một trấn thủ, đứng đầu tại mỗi huyện cũng có chức võ quan cai quản lực lượng địa phương.

Về văn hóa và giáo dục

Vua Quang Trung rất quan tâm trong việc xây dựng đất nước. Vua khuyến khích những bậc hiền tài ra giúp nước, phân phối công điền cho những nông dân nghèo, thúc đẩy thủ công nghiệp đã từng bị cấm trước kia, cho phép được tự do tôn giáo, mở cửa giao dịch buôn bán với các nước tây phương, thay thế việc dùng chữ Hán bằng chữ Nôm, một lối chữ viết giống như Hán tự nhưng phát âm theo tiếng Việt. Chữ Nôm đã trở thành chữ viết chính thức trong các văn bản thời Quang Trung. Chữ Nôm cũng được áp dụng từ việc giảng dạy tại các địa phương cho tới các kỳ thi tuyển dụng nhân tài.

Về ngoại giao và kinh tế

Ngay từ trước khi giao chiến với quân Thanh, vua Quang Trung đã tính đến việc ngoại giao với nhà Thanh. Theo phương lược vạch sẵn, với tài ngoại giao khéo léo của Ngô Thì Nhậm, Quang Trung đã nhanh chóng thành công bình thường hóa bang giao với nhà Thanh. Vua Thanh đã cho sứ giả vào tận Phú Xuân để phong vương cho vua Quang Trung.

Vua Quang Trung cũng rất chú trọng đến việc giao thương kinh tế, thương mại với nước ngoài. Ông phái người sang điều đình với nhà Thanh xin mở các cửa ải Bình Nhi, Thủy Khẩu, Mục Mã và Dụ Thôn để dân hai nước có thể giao dịch buôn bán. Những yêu cầu đó đều được vua nhà Thanh chấp nhận.

Tới ngày lễ mừng thọ 80 tuổi của vua Càn Long nhà Thanh, Quang Trung sai Phạm Công Trị có hình dáng giống mình đi thay và giả mạo làm quốc vương nước Việt cùng với một phái đoàn gồm Ngô Văn Sở, Phan Huy Ích, Vũ Huy Tấn tham dự. Đoàn sứ bộ Quang Trung giả này đã được các quan chức nhà Thanh đón tiếp cực kỳ trọng thể và được tiếp kiến vua Thanh ở hành cung Nhiệt Hà nơi Càn Long đang nghỉ mát rồi theo về Bắc Kinh. Ngoài ra, Quang Trung giả còn được tặng thơ, ban thưởng áo quần rồi vẽ hình trước khi về nước.

Nhà vua cho thu thập kim loại đồng trong nước, một mặt dùng để làm vũ khí, mặt khác cho đúc tiền "Quang Trung Thông Bảo" thay cho tiền Cảnh Hưng để thuận tiện cho việc trao đổi thương mại.

Đáng tiếc, các chính sách của Quang Trung đưa ra chưa áp dụng được bao lâu thì ngày 29 tháng 7 năm 1792 ông mất khi mới 40 tuổi. Quang Toản là con trai lên nối ngôi không tiếp nối được những công trình của cha. Đã thế, triều chính lại nhanh chóng xảy ra mâu thuẫn nội bộ làm cho thế lực Tây Sơn trở nên suy yếu và chẳng bao lâu sau đã sụp đổ trước sự tấn công của Nguyễn Ánh.

HOÀNG CƠ ĐỊNH chủ biên

NGUYỄN ÁNH DỰNG NÊN TRIỀU NGUYỄN, THỐNG NHẤT ĐẤT NƯỚC

Nguyễn Ánh (1762–1820) là cháu nội của chúa Vũ (Nguyễn Phúc Khoát), vị Chúa cai trị Đàng Trong trước thời Tây Sơn bình định. Năm 1777, sau khi quân Tây Sơn chiếm lĩnh toàn bộ lãnh thổ Đàng Trong, Nguyễn Ánh bôn tẩu nhiều nơi rồi vượt biển lánh nạn ở đảo Thổ Châu, nằm về cực Tây-Nam của Việt Nam, cách bờ vịnh Rạch Giá 198 km.

CÁC CUỘC KHÁNG CỰ ĐẦU TIÊN CỦA NGUYỄN ÁNH

Sau khi đánh bại được Nguyễn Ánh, đại quân Tây Sơn rút về Quy Nhơn. Liền sau đó, vào tháng 10 năm 1777, Nguyễn Ánh về Long Xuyên đánh Sa Đéc, rồi vào cuối năm, chiếm lại được Gia Định.

Tháng Giêng năm 1778 Nguyễn Ánh được Đỗ Thành Nhơn tôn làm Đại Nguyên Soái, Tổng Nhiếp Chính Sự. Tháng 5 năm 1778, Nguyễn Ánh cùng Đỗ Thành Nhơn tiến đánh Ngưu Chử (tức Bến Nghé bây giờ) và thu phục toàn cõi Gia Định.

Năm 1779, Nguyễn Ánh sai Đỗ Thành Nhơn đánh Chân Lạp, rồi đưa Nặc Ân lên làm vua dưới sự bảo hộ của một viên tướng của Nguyễn Ánh.

Tới tháng 4 năm 1781 vì nghi kỵ, Nguyễn Ánh giết Đỗ Thành Nhơn. Một số tướng sĩ của họ Đỗ nổi loạn.

Nghe tin này, tháng 4 năm 1782 Nguyễn Nhạc sai Nguyễn Huệ đem quân vào chiếm lại được Gia Định. Nguyễn Ánh thua to, cùng tàn quân chạy về Hậu Giang, sai người băng qua Chân Lạp cầu cứu Xiêm La. Nhưng người của Nguyễn Ánh bị Chân Lạp giết, rồi quân Chân Lạp tiến đánh khiến Nguyễn Ánh phải bỏ trốn ra đảo Phú Quốc lần nữa.

Trong hai năm 1782, 1783 quân Tây Sơn và Nguyễn Ánh giao tranh nhiều lần trong thế giằng co. Cứ mỗi lần thua, sau khi đại quân Tây Sơn rút về Quy Nhơn, Nguyễn Ánh lại quay trở lại đánh chiếm đất Gia Định.

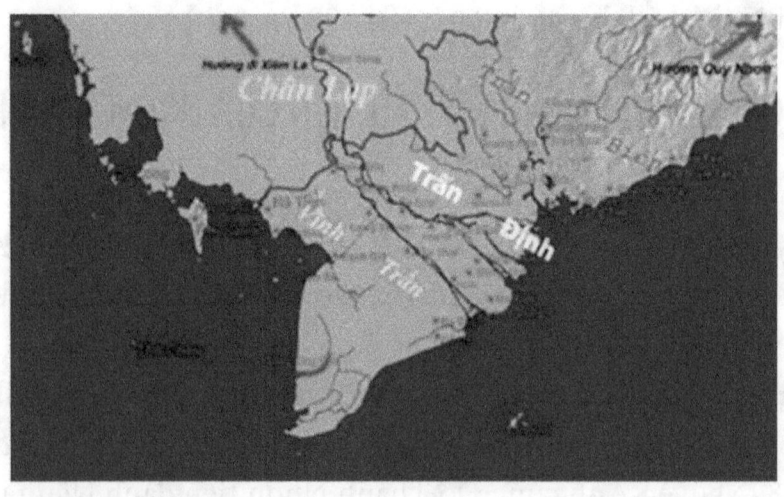

Trận chiến giữa Tây Sơn và Nguyễn Ánh vào năm 1783

Vào tháng 3 năm 1784, sau khi bị đánh thua chạy ra đảo Thổ Châu, Nguyễn Ánh qua Xiêm cầu viện, được vua Xiêm sai hai tướng Chiêu Sương và Chiêu Tăng đem 2 vạn quân và 300 chiến thuyền qua giúp. Lần này quân Xiêm bị Nguyễn Huệ đánh tan tại Rạch Gầm, chiến thuyền bị tan nát hết, tàn quân phải theo đường núi băng qua Chân Lạp chạy về. Nguyễn Ánh bị đánh đuổi ra tới đảo Cổ Cốt, thoát vòng vây qua tá túc bên Xiêm.

NGUYỄN ÁNH CẦU CỨU NƯỚC PHÁP

Năm 1777, Nguyễn Ánh gặp được giám mục Bá Đa Lộc (Pigneau de Behaine) Bá Đa Lộc là vị giám mục người Pháp, được Mạc Thiên Tứ cho phép truyền giáo tại Hà Tiên, ông cai quản một chủng viện tại đảo Hòn Đất thuộc vùng này. Năm 1783, Nguyễn Ánh cầu viện Pháp thông qua thư gửi vị giám mục này.

Giám mục Bá Đa Lộc nhận lời, cùng hoàng tử Cảnh sang Pháp, yết kiến vua Louis 16 và bộ trưởng hải quân Pháp De Castries. Năm 1787, Hiệp ước Versailles được ký kết giữa bá tước Montmorin đại diện cho vua nước Pháp Louis 16 và một bên là giám mục Bá Đa Lộc thay mặt cho Nguyễn Ánh. Nhưng sau đó vì sự bất hòa giữa giám mục Bá Đa Lộc và toàn quyền De Conway, người được lệnh vua Louis thi hành hiệp ước đang ở Ấn Độ, nên ông này không thi hành và tâu về nước hủy bỏ hiệp ước.

Giám mục Bá Đa Lộc phải tự mình vận động mua ... và súng đạn, cũng như tuyển mộ binh lính đánh thuê Tây Âu cho

Nguyễn Ánh. Năm 1789, giám mục Bá Đa Lộc và hoàng tử Cảnh tới Gia Định trên chiến hạm Méduse. Còn các tầu chở súng đạn cũng kéo tới sau.

GIAI ĐOẠN PHẢN CÔNG VÀ THẮNG LỢI

Trong thời gian ẩn náu tại Xiêm, Nguyễn Ánh và tùy tùng được vua Xiêm cho đóng tại ngoại ô Vọng Các (Bangkok). Tại đây Nguyễn Ánh lo chiêu mộ binh sĩ rồi đem quân giúp vua Xiêm chống cự lại cuộc xâm lăng của Miến Điện. Quân Nguyễn Ánh đã đạt được chiến công lớn khiến vua Xiêm nể trọng, tưởng thưởng hậu hĩ và có ý muốn giúp Nguyễn Ánh chiếm lại Gia Định. Nguyễn Ánh đã không nhận sự trợ giúp này theo lời khuyên của tướng Nguyễn Văn Thành:

"Nay hãy nuôi dưỡng sức của ta, dòm sơ hở của địch, đợi cơ hội mà làm. Nếu cứ trông cậy vào người ngoài cứu viện, dẫn di địch vào trong đất nước, tôi e rằng để mối lo về sau"

Đầu năm 1787 Nguyễn Ánh được nhóm Tống Phúc Đạm, Nguyễn Độ tới Vọng Các cho biết anh em Tây Sơn đang đánh lẫn nhau, tướng Đặng Văn Chân kéo hết quân ở Gia Định về Qui Nhơn nên khuyên rằng về đánh Gia Định sẽ thắng.

Tháng 3 năm 1787, Nguyễn Ánh để lại thư cho vua Xiêm rồi lặng lẽ kéo hết quân rời Xiêm La về nước. Khi qua đảo Cổ Cốt, được đám hải tặc tự xưng là Thiên Địa Hội xin gia nhập. Tới Long Xuyên lại có tướng Tây Sơn là Nguyễn Văn Trương mang 300 quân và 15 chiến thuyền xin hàng và nhập đội khiến binh lực Nguyễn Ánh lúc này khá mạnh. Trận đầu tiên đánh đồn Trà

Ôn giành ngay thắng lợi. Tướng Tây Sơn tại đây là Nguyễn Văn Nghĩa phải xin qui thuận.

Tháng 6 năm 1787, Nguyễn Ánh tiến quân tới cửa Cần Giờ buộc quân Tây Sơn của Nguyễn Lữ phải rút về Biên Hòa, để Thái Phó Phạm Văn Tham ở lại chống cự. Nguyễn Ánh tấn công thành của Phạm Văn Tham mãi không hạ được, nên giả Nguyễn Nhạc viết một bức thư khuyên Nguyễn Lữ cần phải dùng mẹo giết Phạm Văn Tham vì y đang ngầm liên lạc với Nguyễn Ánh làm phản. Bức thư làm bộ vô tình để Phạm Văn Tham bắt được. Tham mắc mưu vội đem quân kéo cờ trắng tới gặp Nguyễn Lữ để phân trần giải oan. Nguyễn Lữ thấy quân của Tham trương cờ trắng, kéo tới nên hoảng hốt, tưởng Tham đã hàng quân Nguyễn nên rút quân về Qui Nhơn, tại đây phát bệnh chết. Nhân cơ hội đó Nguyễn Ánh tổ chức tổng tấn công nhiều mũi vào các đồn quân Tây Sơn và đã thắng lớn. Phạm Văn Tham sau thời gian cố thủ tại Ba Thắc phải dẫn tàn quân chạy về Lô Cảnh cố thủ nhưng sau đó phải xin đầu hàng. Tới tháng 9 năm đó, Nguyễn Ánh lấy cớ Tham liên lạc với Tây Sơn nên xử tử. Từ đó Nguyễn Ánh thâu tóm toàn vùng Gia Định.

NGUYỄN ÁNH SỬA SANG CHÍNH SÁCH CAI QUẢN GIA ĐỊNH

Sau khi chiếm được toàn vùng Gia Định, Nguyễn Ánh cho cải tổ lại mọi cơ chế. Việc khai khẩn đất đai được chia ra làm 4 doanh là: Phiên Trấn, Trấn Biên, Trấn Vĩnh, và Trấn Định. Quân dân đều phải canh tác sản xuất. Những người tham gia vào công việc sản xuất này, như phủ binh thì được miễn một năm không phải đi đánh giặc. Dân chúng thì được miễn một năm lao dịch.

Về ngoại thương, Nguyễn Ánh qui định: Những thuyền của các nước khác chở đồ gang, sắt, kẽm cũng như lưu hoàng phải bán cho chính quyền để làm binh khí. Đối lại, tùy theo số hàng nhiều ít, được chở số thóc gạo tương đương về nước. Bởi vậy, những khách buôn nước ngoài rất thích đem hàng hóa đến bán. Ngoài ra, tại doanh Trấn Biên còn có dịch vụ lấy đường cát để trao đổi cho những người Tây Dương lấy binh khí. Đặc biệt tại Long Xuyên, các thương buôn từ ngoại quốc tới buôn bán, được giảm một nửa số thuế phải đóng.

Về nội thương, Nguyễn Ánh cho thiết lập 62 ty cuộc, qui tụ nhiều ngành nghề sản xuất những dụng cụ cần thiết cho dân chúng. Đồng thời cho phép dân chúng thiết lập những cuộc ngoại lệ đối với các dịch vụ thủ công nghệ, được miễn sưu dịch.

Về quân sự, ngay khi còn lưu vong tại Xiêm La, Nguyễn Ánh đã ngầm cho tổ chức các cơ sở vận động cả về tình báo lẫn binh lực. Do đó, lúc trở về, Nguyễn Ánh đã quy tụ ngay được một lực lượng đáng kể. Tới năm 1790, quân chính qui đã có tới trên ba vạn tướng sĩ.

NGUYỄN ÁNH TIẾN ĐÁNH RA BẮC

Nguyễn Ánh đánh Qui Nhơn lần thứ nhất.

Sau hơn một năm chỉnh đốn lại mọi việc, tháng tư năm 1790, Nguyễn Ánh sai Lê Văn Câu đem 5.000 quân thủy và quân bộ ra đánh lấy Bình Thuận, lại sai Võ Tánh, Nguyễn Văn Thành đem quân đi làm tiên phong, lấy được đất Phan Rí và hạ luôn thành Bình Thuận.

Vì Lê Văn Câu và Võ Tánh bất hòa. Nguyễn Ánh để Lê Văn Câu ở lại giữ Phan Rí, triệu Võ Tánh và Nguyễn Văn Thành về lại Gia Định.

Lê Văn Câu đóng quân ở Phan Rang, bị quân Tây Sơn đến vây đánh, phải cầu cứu Võ Tánh và Nguyễn Văn Thành, nhưng chỉ có Nguyễn Văn Thành đưa binh đến đánh giải vây, rồi cùng Lê Văn Câu rút quân về giữ Phan Rí.

Khi Lê Văn Câu về Gia Định, bị nghị tội cách hết chức tước, nên hổ thẹn uống thuốc độc tự tử.

Nguyễn Ánh cho rút quân về Gia Định, đợi mùa gió thuận mới đem quân đi đánh, cho nên người đời bấy giờ gọi sự kiện này là Giặc Gió Mùa.

Năm 1792, nhân khi mùa gió nam thổi mạnh. Nguyễn Ánh sai Nguyễn Văn Trương cùng với Nguyễn Văn Thành và Vannier đem chiến thuyền ra đốt phá thủy trại của Tây Sơn tại cửa Thị Nại (Quy Nhơn) rồi lại trở về.

Năm 1793, Nguyễn Ánh sai Tôn Thất Hội cùng Nguyễn Huỳnh Đức và Nguyễn Văn Thành đánh Phan Rí. Nguyễn Ánh cùng với Nguyễn Văn Trương và Võ Tánh đánh mặt biển.

Đến tháng 5 chiếm được Diên Khánh, Bình Khang và Phú Yên. Mặt khác, Tôn Thất Hội cũng chiếm được Bình Thuận.

Quân Tây Sơn bỏ chạy về Quy Nhơn. Nguyễn Nhạc phải sai người ra cầu cứu Phú Xuân. Nguyễn Ánh thấy viện binh tới quá đông đảo, nên rút quân trở về Gia Định.

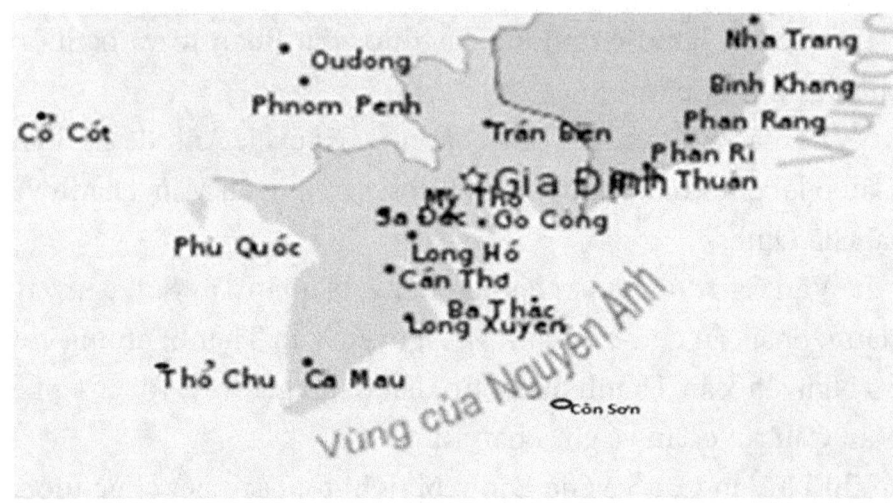

Trận chiến giữa Tây Sơn và Nguyễn Ánh vào năm 1793

Nguyễn Ánh đánh Qui Nhơn lần thứ hai, lần thứ ba và chinh phục Phú Xuân.

Năm 1797, Nguyễn Ánh cùng Đông Cung Cảnh ra đánh Quy Nhơn. Lại sai Nguyễn Văn Thành và Võ Tánh ra đánh Phú Yên. Nhưng được vài tháng quân lương không đủ, nên rút quân về Gia Định.

Năm 1799, Nguyễn Ánh đem đại binh ra đánh Quy Nhơn lần thứ ba. Tháng 5, quân của Nguyễn Ánh vây chặt thành Quy Nhơn. Quân Tây Sơn ở Phú Xuân do Trần Quang Diệu và Vũ Văn Dũng đem binh vào mưu định giải vây thành Qui Nhơn, nhưng bị đánh tan tại Quảng Nghĩa.

Tướng trấn thủ Quy Nhơn của Tây Sơn là Lê Văn Thanh không thấy viện binh đến phải xin hàng. Nguyễn Ánh đổi tên Quy Nhơn là Bình Định giao cho Võ Tánh trấn thủ.

Tháng 2 năm 1800, tướng Tây Sơn là Trần Quang Diệu và Võ Văn Dũng đem đại quân thủy bộ tấn công Bình Định. Võ Tánh quân ít, thế cô, phải tử thủ trong thành. Nguyễn Ánh biết thế lúc đó đang yếu, nên cho người vào thành khuyên Võ Tánh bỏ thành trốn ra. Nhưng Võ Tánh phúc thư lại rằng: *"Tôi liều chết để giữ thành, quân mạnh của Tây Sơn đều ở cả đây, xin chúa thượng kíp ra đánh lấy Phú Xuân. Lấy lại được kinh đô tôi có chết cũng vui."* Đoạn cố giữ thành cho tới khi kiệt quệ mới tự thiêu chết. Phó tướng Ngô Tùng Châu cũng uống thuốc độc tự tử để không rơi vào tay quân Tây Sơn. Nguyễn Ánh cảm kích bèn dồn đại quân thủy bộ, quyết tiến tới đánh chiếm Phú Xuân. Tháng 6 quân Nguyễn Ánh tới cửa Thuận An. Vua Tây Sơn là Nguyễn Quang Toản thân chinh chống đỡ, nhưng chỉ tới trưa thì vỡ trận. Quân Tây Sơn tan rã. Nguyễn Quang Toản bỏ chạy. Nguyễn Ánh chiếm được Phú Xuân.

NGUYỄN ÁNH ĐÁNH RA BẮC THỐNG NHẤT ĐẠI VIỆT

Tháng 5 năm 1802, Nguyễn Ánh lên ngôi Hoàng Đế, lấy niên hiệu là Gia Long. Khi đó, lãnh thổ của họ Nguyễn trải dài từ sông Gianh đến Mũi Cà Mau. Tháng 6 năm 1802, vua Gia Long và quân tướng của mình bắt đầu bắc tiến để chiếm thành Thăng Long. Quân nhà Nguyễn đi tới đâu, quân Tây Sơn tan rã tới đó. Chỉ trong vòng một tháng, vua Gia Long đã tiến tới thành Thăng Long.

Vua Tây Sơn là Nguyễn Quang Toản cùng với các em là Nguyễn Quang Thùy, Nguyễn Quang Thiệu và những tướng lãnh như Đô Đốc Tú băng qua sông Nhị Hà chạy về phía Bắc. Nhưng tới Phượng Nhỡn, bị dân ở đấy bắt hết. Hoàng thân Nguyễn Quang Thùy tự tử, Đô Đốc Tú và vợ tự vẫn. Các vua tôi nhà Tây Sơn khác đều bị đóng cũi đem về Thăng Long nộp cho vua Gia Long. Triều đại Tây Sơn tới đây là chấm dứt.

Như vậy, vương triều nhà Nguyễn chính thức được lập vào năm 1802 dưới thời Gia Long và kết thúc dưới thời Bảo Đại (Nguyễn Phúc Vĩnh Thụy) năm 1945. Với 143 năm cai trị, triều đại này đã ghi vào lịch sử dân tộc khi thống nhất giang sơn nước Việt từ Bắc Phần đến cực Nam mũi Cà Mau với tên gọi Việt Nam. Đây cũng là triều đại quân chủ cuối cùng của nước Việt với những biến động lớn của xã hội, một triều đại đã xây cất nhiều lăng tẩm và cũng để lại nhiều tranh cãi về công, tội cho những thế hệ sau.

TÌNH TRẠNG VĂN HÓA XÃ HỘI CỦA VIỆT NAM VÀO CUỐI THẾ KỶ 18

BỐI CẢNH LỊCH SỬ

Vào thế kỷ 16 và 17, sự phân hóa của giới lãnh đạo phong kiến dẫn tới những rạn nứt trầm trọng, qua những phế lập liên miên.

Tới thế kỷ thứ 18, đã có nhiều cuộc nổi dậy liên tiếp xẩy ra khắp nơi:

- Nguyễn Hữu Cầu (1741-1751)
- Nguyễn Danh Phương (1740-1751)
- Hoàng Công Chất (1736-1769)
- Chiến tranh Tây Sơn với Chúa Nguyễn (1771-1802)

XÃ HỘI VIỆT NAM VÀO CUỐI THẾ KỶ 18

Xã hội Việt Nam vào cuối thế kỷ thứ 18 thực sự đã đi vào một thời đại mới. Một xã hội được định hình hầu như kéo dài cho tới ngày nay. Những đặc quyền trong xã hội thời Lý, Trần như thái ấp của các vương hầu đã bị xóa bỏ trong các cuộc kháng chiến chống giặc Minh.

- Trang trại trở thành công hữu của làng xã, hoặc tư hữu của điền chủ.
- Giới quý tộc vẫn được phong tước hưởng lộc và lương nhưng không được lập điền trang, không nuôi quân đội riêng và hầu hết không được tham dự triều chính, trừ một số ít có khả năng.
- Dân trong làng xã được bầu chọn viên chức theo quy định số lượng và điều kiện của nhà vua: biết chữ, trên 30 tuổi và có hạnh kiểm tốt. Xu hướng tự trị tại các làng xã tương đối phát triển, thể hiện qua câu tục ngữ "Phép vua thua lệ làng".
- Xã hội thời đó chia làm 4 tầng lớp: sĩ, nông, công, thương. Kẻ sĩ được coi trọng trên mọi tầng lớp khác nên đã có câu "Vạn ngành đều là thấp, chỉ có đọc sách là cao".

Công nghiệp bị chèn ép không phát triển. Thợ giỏi bị bắt đi phục dịch xây dựng cho các sở cục của triều đình. Ngành khai thác mỏ dần dần chuyển sang tay người Hoa.

Thương nghiệp kém phát triển do triều đình độc quyền về ngoại thương, người dân không được ra khỏi nước và giới hạn buôn bán với ngoại quốc tại một số nơi quy định. Thương gia được sắp hạng thấp nhất trong bốn loại dân kể trên, nên việc buôn bán đều vào tay phụ nữ.

Sinh hoạt công thương nghiệp dưới triều Lê và các triều đại sau đã lùi một bước so với thời Lý Trần và bên Tàu.

Sự suy vong của Nho giáo

Tuy Nho giáo từng được coi là nền tảng văn hoá của nước Đại Việt, nhưng vào cuối thế kỷ 18, sau nhiều năm chiến tranh liên miên, triều đại thay đổi đã khiến ngày càng suy thoái. Việc học phổ biến hơn nhưng lối học từ chương sáo ngữ, cùng lệ thói dùng tiền thay việc thi khảo hạch, biến nơi thi cử thành nơi buôn bán danh vị, khiến những giá trị nền tảng của Nho giáo như tình thầy trò, vua tôi, phẩm hạnh của con người đã suy thoái rất nhiều.

Sự phục hồi của Phật giáo và Lão giáo

Dưới thời Lê, đạo Phật không được coi trọng như trước, tuy vậy sự ủng hộ của nhà Lê với Phật giáo và Lão giáo vẫn được duy trì và được dân chúng tín ngưỡng, cầu xin khi gặp thiên tai, lũ lụt, hoàng trùng... Thời Lê Trung Hưng, chúa Trịnh trùng tu chùa cũ (Tây Phương, Phúc Long) xây chùa mới (Hồ Thiên, Hương Hải) và cho người sang tận bên Tàu mang nhiều kinh kệ đem về. Các chúa Nguyễn xây thêm nhiều chùa (Nguyễn Hoàng cho xây chùa Thiên Mụ năm 1601) và Võ Vương Nguyễn Phúc Khoát cũng cho người sang Tàu thỉnh 1000 bộ kinh Đại Tạng về đặt tại chùa Thiên Mụ.

Trong hoàn cảnh Nho giáo suy sụp, giới nho sĩ bất lực, không biết làm sao thi thố giúp đời, đành đi tìm cảnh nhàn tự giữ lấy trong sạch, ẩn náu trong việc mộ Phật tu tiên đã khiến Phật và Lão giáo được phục hồi. Lão giáo thường pha trộn với tiên đạo và tín ngưỡng truyền thống của dân gian, cũng được coi trọng tuy không bằng Phật giáo.

VĂN HỌC VIỆT NAM TRONG THẾ KỶ 18

Trong khi tình hình kinh tế xã hội ngày càng suy thoái, văn học Việt Nam lại phát triển vô cùng rực rỡ, đến nay vẫn còn được trân quý về nội dung tư tưởng cũng như hình thức nghệ thuật.

Vì tính đa dạng của nền văn học này nên rất khó phân loại, có thể tạm chia ra những dòng văn học như sau:

Văn chương bác học

Văn học chữ Hán: Bao gồm thơ, truyện ngắn, truyện dài, ký sự, các bộ sử và phê bình sử. Ngoài ra còn có nhiều bộ tuyển tập thu thập thơ văn của đời trước.

- Về thơ, nổi tiếng nhất ngay từ lúc ra đời là *Chinh Phụ Ngâm* của Đặng Trần Côn nói lên khao khát yêu đương, hạnh phúc gia đình bình thường. Tác phẩm được Phan Huy Ích và Đoàn Thị Điểm dịch sang chữ Nôm (Tuy còn dùng nhiều điển cố và hình ảnh ước lệ lấy từ văn học Tàu).

- Văn xuôi nổi bật nhất có *Công Dư Tiệp Ký* của Vũ Phương Đề, tiểu truyện về các danh nhân.

- *Truyền Kỳ Tân Phả* (Tục Truyền Kỳ) của Đoàn Thị Điểm

- *Hoàng Lê Nhất Thống Chí* của Ngô Thì Chí là lịch sử tiểu thuyết về cuối thời Lê, từ thời Trịnh Sâm cho đến khi họ Trịnh mất nghiệp chúa 1787, gộp chung với bản viết từ khi Lê Chiêu Thống chạy trốn sang Tàu cho đến khi đem về an táng tại Bàn Thạch Thanh Hóa thành bộ Ngô Gia Văn Phái.

- *Thượng Kinh Ký Sự, Hải Thượng Y Tông Tâm Lĩnh* của Lê Hữu Trác viết về y học.

Văn chương Đàng Trong có *Hà Tiên Thập Vịnh* của Mạc Thiên Tích và các bài họa của Nguyễn Cư Trinh cùng các thi sĩ khác người Việt Nam và người Tàu.

- Các tuyển tập sưu tập thơ văn đời trước tiêu biểu nhất là Hoàng Việt Thi Tuyển, Hoàng Việt Văn Tuyển của Bùi Huy Bích (1744-1818)

Văn học chữ Nôm: Phát triển đến mức hoàn chỉnh: Truyện dài bằng thơ từ như *Cung Oán Ngâm Khúc* (Nguyễn Gia Thiều), *Hoa Tiên Truyện* (Nguyễn Huy Tự), *Ai Tư Vãn* (Lê Ngọc Hân), *Văn Tế Trận Vong Chiến Sĩ* (Tiền Quân Nguyễn Văn Thành).

Chinh Phụ Ngâm, diễn nôm từ tác phẩm Hán văn của Đặng Trần Côn. Tuy nhiên bản dịch tự thế có thể coi như một tác phẩm thơ Nôm của Đoàn Thị Điểm với lời thơ trác tuyệt, âm điệu thắm thiết truyền cảm.

Truyện Kiều của Nguyễn Du cũng là tác phẩm nổi tiếng của thời kỳ này. Truyện Kiều có nguồn gốc từ cuốn tiểu thuyết Tàu là Kim Vân Kiều Truyện của Thanh Tâm Tài Nhân. Tuy vậy, phần sáng tạo của Nguyễn Du rất lớn. Ông đã chuyển thể nó sang truyện thơ lục bát bằng chữ Nôm. Nghệ thuật ngôn ngữ, xây dựng hình tượng nhân vật, tả cảnh, tả tình của Nguyễn Du đều đạt tới trình độ điêu luyện.

Văn chương nghiên cứu

Lê Quí Đôn là người thông kim bác cổ lại hiếu học, thành ra những trứ tác của ông bao gồm hầu hết các khía cạnh văn học và sử học, có thể phân làm 5 loại viết chủ yếu bằng chữ Hán, chỉ có một số thơ văn là bằng chữ Nôm.

Sách giảng về kinh truyện

Sách khảo cứu về cổ thư

Sách sưu tập thơ văn

Sách nghiên cứu về lịch sử địa lý

Sáng tác thơ văn (chữ Hán và chữ Nôm)

Phạm Đình Hổ: Với *Vũ Trung Tùy Bút, Tang Thương Ngẫu Lục* (viết chung với Nguyễn Án) cung cấp những sử liệu quan trọng tình hình chính trị xã hội Việt Nam cuối thế kỷ 18.

Văn chương dân gian

Các tác phẩm phong phú, văn từ được gọt dũa do có sự tham gia của giới trí thức, phản ánh tình trạng đời sống xã hội và nhắm vào lên án lối sống trụy lạc của triều đình, trào phúng đả kích bọn cai trị từ xóm làng đến vua chúa (*Trạng Quỳnh, Trạng Lợn*). Bên cạnh đó còn các truyện thơ về tình yêu tự do bất chấp lễ giáo xưa cũ (*Phạm Công Cúc Hoa, Phan Trần, Nhị Độ Mai, Quan Âm Thị Kính*).

Gạch nối giữa hai dòng văn chương bác học và văn chương dân gian

Hồ Xuân Hương là gạch nối giữa dòng văn bác học và dân gian, Bà chỉ trích mọi hành vi đạo đức giả, dù ở quan lại hay kẻ tu hành, bằng ngôn ngữ độc đáo tự nhiên, nâng nghệ thuật thơ

Nôm lên tuyệt đỉnh. Hồ Xuân Hương hay được nhắc tới qua những bài thơ chứa đựng những hình ảnh gợi cảm, õm ờ, trữ tình, nhưng bà cũng có những bài phản ánh khí phách một bậc nữ lưu như bài vịnh đền thờ Sầm Nghi Đống (Đền thờ do nhóm Hoa kiều dựng lên, Sầm Nghi Đống là viên tướng chỉ huy quân xâm lăng nhà Thanh đã treo cổ chết trong chiến thắng Khương Thượng của vua Quang Trung vào năm 1789).

Ghé mắt trông ngang thấy bảng treo,
Kìa đền Thái Thú đứng cheo leo;
Ví đây đổi phận làm trai được
Thì sự anh hùng há bấy nhiêu?

HOÀNG CƠ ĐỊNH chủ biên

TẠM KẾT TẬP I
VIỆT SỬ ĐẠI CƯƠNG

Tập I Việt Sử Đại Cương gồm 24 bài viết theo dòng thời gian của lịch sử. Trong mỗi bài chúng tôi thường nhắc lại những sự kiện quan trọng trước đó dẫn đến sự xuất hiện nhân tố mới, mục đích của cách viết này là để giúp độc giả có thể nắm vững bối cảnh lịch sử khi đọc từng bài riêng rẽ.

Lịch sử Việt Nam là những gì đã thật sự xảy ra trong quá khứ, không chỉ gồm những trang hùng sử chói lọi, mà còn có cả những đêm dài đen tối, do ngoại bang thống trị hay những tranh chấp giữa các vương triều, hoặc ngay chính trong nội bộ một triều đình hay dòng họ cầm quyền.

Chép lại lịch sử, chúng tôi không làm công việc phán xét công tội của các triều đại hay các nhân vật trong quá khứ. Nhưng lịch sử dân tộc cho chúng ta rút ra một điều rằng: Trong mọi thời đại, bất cứ khi nào giới lãnh đạo quốc gia biết chăm lo, yêu thương người dân thì xã hội yên bình, thịnh trị; bất cứ khi cá nhân hay dòng họ nào trông cậy vào ngoại bang, để bảo vệ ngôi vị cai trị thì sớm muộn đều dẫn tới thất bại, tiêu vong.

Sau cùng, lịch sử cũng cho thấy mọi thành tựu trong quá khứ đều phải do nỗ lực kiên trì mới đạt được, không lúc nào kết quả tốt đẹp tới được do may mắn ngẫu nhiên hay bằng sự thụ động chờ đợi.

Hoàng Cơ Định
Tháng 4/2018

CÁC THỜI ĐIỂM QUAN TRỌNG TRONG VIỆT SỬ ĐỐI CHIẾU VỚI TÌNH HÌNH THẾ GIỚI

Các thời điểm quan trọng trong Việt sử.		Các biến cố quan trọng trên thế giới gần với thời điểm này về lịch sử, văn hóa, khoa học, kỹ thuật.
Hùng Vương thành lập nước Văn Lang.	700 TCN	Cuộc thi thể thao đầu tiên được tổ chức tại Hy Lạp. (776 TCN).
Hùng Vương từ chối làm chư hầu cho Việt vương Câu Tiễn.	496 TCN	Nhà toán học Pythagore (570 TCN-495 TCN)
Nước Văn Lang đổi tên thành Âu Lạc bởi An Dương Vương Thục Phán.	218 TCN	- Tần Thủy Hoàng xây Vạn Lý Trường Thành. (220TCN - 206TCN) - Thiên tài Archimedes (287TCN - 212TCN)
Việt Nam bị Tàu đô hộ, bắt đầu thời kỳ Bắc thuộc lần thứ nhất.	111 TCN	Người Hy Lạp cổ đại phát minh bánh-răng-điều-khiển (Gear-driven) đầu tiên trong máy đồng hồ chính xác (Cổ máy Antikythera).
Cuộc khởi nghĩa dành độc lập của Hai Bà Trưng, chấm dứt thời kỳ Bắc thuộc lần thứ nhất.	40	Kiến trúc sư La Mã Vitruvius hoàn thành bánh xe nước thẳng đứng (vertical water wheel) hiện đại.

Hai Bà Trưng tự trầm tại Hát Giang, bắt đầu thời kỳ Bắc thuộc lần thứ hai.	43	Người hùng của Alexandria, một nhà khoa học Hy Lạp, đi đầu mở đường cho năng lượng hơi nước (steam power).
Bà Triệu khởi nghĩa tại quận Cửu Chân.	247	Kỷ niệm 1000 năm của thành phố Roma (Italy).
Cuộc khởi nghĩa của Lý Trường Nhân và Lý Thúc Hiển, đạt được 17 năm tự trị.	458	
Cuộc khởi nghĩa của Lý Bí, Tinh Thiều và Triệu Túc, chấm dứt thời kỳ Bắc thuộc lần thứ hai, thành lập nhà Tiền Lý.	542	Người Ba Tư sử dụng sức gió để bơm nước (windmill) trong canh nông.
Nhà Lương bên Tàu xâm lăng, đánh bại nhà Tiền Lý, bắt đầu thời kỳ Bắc thuộc lần thứ ba.	603	
Mai Thúc Loan khởi nghĩa tại Hoan Châu.	713	Liang LingCan phát minh đồng hồ đầu tiên hoàn toàn bằng cơ khí (724).
Phùng Hưng khởi nghĩa tại Đường Lâm.	791	Người Tàu phát minh ra thuốc súng và pháo bông.
Khúc Thừa Dụ vận động thành công đặt nền tự chủ tại Việt Nam.	906	

Ngô Quyền đại phá quân xâm lăng Nam Hán trên sông Bạch Đằng, chính thức chấm dứt thời kỳ Bắc thuộc lần thứ ba.	938	Bác sĩ Ba Tư Rhazes (860–932) nhận ra bệnh đậu mùa.
Đinh Bộ Lĩnh dẹp loạn 12 Sứ quân, thống nhất đất nước.	968	Người châu Âu bắt đầu sử dụng chữ số Ả Rập (1, 2, 3, vân vân).
Lê Đại Hành phá tan quân xâm lăng nhà Tống.	981	
Lý Công Uẩn chính thức chọn thành Đại La làm thủ đô, đổi tên là Thăng Long. Nay là Hà Nội.	1010	Người Tàu phát hành tiền giấy đầu tiên.
Lý Thường Kiệt tấn công miền Nam nước Tàu để bẻ gẫy âm mưu xâm lăng của nhà Tống.	1075	
Lý Thường Kiệt đánh chặn đoàn quân xâm lăng của nhà Tống tại sông Như Nguyệt, buộc quân Tống phải rút về Tàu.	1077	
Nhà Trần chiến thắng cuộc xâm lăng lần thứ nhất của Nguyên-Mông.	1258	Thủy thủ châu Âu bắt đầu sử dụng la bàn từ tính.
Nhà Trần chiến thắng cuộc xâm lăng thứ nhì của Nguyên-Mông.	1285	- Dụng cụ nhìn ngắm với các thấu kính dầy để điều chỉnh tầm nhìn xa đã được phát minh ở Ý. - Kính đeo mắt được phát minh.

Nhà Trần chiến thắng cuộc xâm lăng thứ ba của Nguyên-Mông trên sông Bạch Đằng.	1288	Thuốc súng được sử dụng cho chiến tranh ở Anh.
Nhà Minh xâm lăng Đại Việt, đặt nền Bắc thuộc lần thứ tư.	1407	Kỹ thuật in bằng cách ghép chữ được thực hiện lần đầu tiên tại Hàn Quốc (1377)
Vua Lê Lợi chiến thắng quân Minh tại ải Chi Lăng, chấm dứt lần đô hộ thứ tư của Bắc phương.	1427	- Đô Đốc Zheng He dưới Minh Triều dẫn đoàn trên 200 hải thuyền với 30.000 thủy thủ tới tuần tra miền đông Phi Châu. - Người Hàn quốc phát minh chữ quốc ngữ đơn giản, thay thế cho việc dùng Hán tự (1443).
Vua Lê Thánh Tông ấn hành bộ Luật Hồng Đức cho Đại Việt.	1483	- Leonardo Da Vinci (1452 – 1519) phát minh bạc đạn (ball bearing) cùng với các thiết bị bay (flying machines), và máy tính cơ học (mechanical calculator) đầu tiên. - 168 lính Tây Ban Nha với súng trường và ngựa chiến, đã tiêu diệt 8.000 quân của lực lượng Inca trang bị vũ khí thô sơ, bắt sống nhà vua và đặt ách thống trị lên toàn sứ Peru, Nam Mỹ. (1532).
Nước Việt Nam bị chia đôi với Chúa Trịnh ngự trị tại miền Bắc và Chúa Nguyễn tại miền Nam sông Gianh.	1600	- Galileo Galilei (1564 – 1642) phát minh quả lắc (Pendulum), và nhiệt biểu (Thermometer). - Hans Lippershey (1570 – 1619) phát minh kính viễn vọng (Telescope).

Đạo Thiên Chúa bắt đầu được lưu truyền tại hai miền Nam và Bắc.	1605	Galileo Galilei (1564 – 1642) phát minh kính hiển vi (Microscope).
Chữ Quốc Ngữ được hình thành và bắt đầu được sử dụng trong việc truyền giáo.	1621	Blaise Pascal phát minh máy tính cơ khí (mechanical calculator).
Người phương Tây (Hòa Lan) chính thức tới giao thương tại hai miền Nam và Bắc.	1636	Christiaan Huygens phát minh đồng hồ quả lắc (Pendulum clock).
Nhà Tây Sơn khởi nghiệp, đánh thắng họ Trịnh ở Đàng Ngoài và họ Nguyễn tại Đàng Trong.	1771	- Đệ nhất thiên tài quân sự thế giới Napoleon Bonaparte (1769 - 1821). - Lavoisier, vị thầy của ngành Hóa học (1743 - 1794). - Benjamin Franklin (1705 - 1790) phát minh cột thu lôi hay cột chống sét (Lightning rod).
Nguyễn Huệ đánh thắng 20.000 quân Siêm tại Rạch Gầm, Nam Việt.	1784	- Joseph-Michel Montgolfier (1740 – 1810) và Jacques-Étienne Montgolfier (1745 – 1799) phát minh khinh khí cầu (Hot air balloon). - James Watt (1736 – 1819) phát minh động cơ hơi nước (Steam engine) - Alessandro Volta (1745 – 1827) chế tạo ra tĩnh điện do ma sát, là người đã có công phát minh ra pin điện (electric battery).

Vua Quang Trung Nguyễn Huệ đại thắng 200.000 quân Thanh tại Thăng Long.	**1789**	- Dân Pháp phá ngục Bastille, lật đổ chế độ quân chủ (1789). - John Fitch (1743 – 1798) phát minh tàu chạy bằng hơi nước.
Nguyễn Ánh từ Gia Định, tiến ra Bắc, đánh thắng quân Tây Sơn, thống nhất Việt Nam.	**1802**	- Joseph Marie Jacquard (1752 – 1834) phát minh máy dệt tự động - Edward Jenner (1749 – 1823) phát minh vắc-xin (vaccine). - Richard Trevithick (1771 – 1833) phát minh đầu máy xe lửa (Locomotive) - Michael Faraday (1791 – 1867) phát minh động cơ điện (Electric motor) - Charles Babbage (1791 - 1871) phát minh ra máy tính cơ học (mechanical computer) đầu tiên, cha đẻ của công nghệ máy tính.

NỘI DUNG
VIỆT SỬ ĐẠI CƯƠNG

Tập II

TỪ NỀN QUÂN CHỦ TRIỀU NGUYỄN 1802 ĐẾN CHẾ ĐỘ ĐỘC TÀI ĐẢNG TRỊ 1975

TỪ NỀN QUÂN CHỦ TRIỀU NGUYỄN 1802 ĐẾN VIỆT NAM DÂN CHỦ CỘNG HÒA 1945

- Nền quân chủ chuyên chế dưới triều nhà Nguyễn từ Gia Long đến Tự Đức.
- Các cuộc nổi dậy và sinh hoạt văn hóa dưới triều Nguyễn.
- Liên hệ của Đại Nam với các nước láng giềng dưới triều nhà Nguyễn.
- Cuộc xâm lăng Việt Nam của người Pháp
- Phản ứng của người Việt trước cuộc xâm lăng của Pháp.
- Chính sách thuộc địa của Pháp và sự chuyển hướng của cách mạng Việt Nam.

- Tình hình kinh tế, xã hội và cách mạng Việt Nam sau thế chiến thứ Nhất.
- Các cuộc khởi nghĩa chống Pháp, từ Việt Nam Quốc Dân Đảng tới Đông Dương Cộng Sản Đảng.
- Bối cảnh chính trị, xã hội và cách mạng Việt Nam từ năm 1936 tới năm 1945.
- Các đảng phái chính trị Việt Nam trước biến cố 19/8/1945.
- Các yếu tố dẫn đến biến cố 19/8/1945 và sự ra đời của Việt Nam Dân chủ Cộng hòa.

VIỆT NAM, TỪ NĂM 1945 ĐẾN NĂM 1975

- Việt Nam trong bối cảnh chính trị thế giới sau thế chiến Hai.
- Nước Pháp trở lại Đông Dương.
- Cuộc chiến Pháp Việt bùng nổ.
- Thành lập Quốc Gia Việt Nam.
- Chính quyền Hồ Chí Minh 1947-1949.
- Chiến tranh Đông Dương lần thứ nhất 1950-1954.
- Hai chính quyền Việt Minh và Quốc Gia trong thời gian 1951-1953.
- Từ Điện Biên Phủ tới Hội Nghị Genève 1954.
- Chính quyền độc lập đầu tiên của quốc gia Việt Nam.
- Tình hình miền Bắc Việt Nam, chính quyền Việt Nam Dân Chủ Cộng Hòa, trong giai đoạn 1954-1960.
- Tình hình miền Nam Việt Nam, chính quyền Đệ Nhất Cộng Hòa, trong giai đoạn 1956-1963.
- Bắt đầu cuộc chiến Bắc- Nam, hay chiến tranh Đông Dương lần hai 1959-1975.

- Chế độ Đệ Nhất Cộng Hòa sụp đổ, chuyển qua chế độ Đệ Nhị Cộng Hòa.
- Cuộc chiến Việt Nam mở rộng và kết thúc, giai đoạn 1964-1975.
- Hội nghị Paris 1973 và sự sụp đổ của chế độ Việt Nam Cộng Hòa.

VIỆT NAM TỪ NĂM 1975 ĐẾN NHỮNG NĂM ĐẦU THẾ KỶ 21

- Bi hùng ca Vượt Biển Tìm Tự Do của người Việt Nam.
- Việt Nam trước chính sách Cởi Trói năm 1986.
- Việt Nam từ năm 1986 tới giai đoạn năm 2000.
- Tương quan giữa Việt Nam với Tàu Cộng và các quốc gia dân chủ, không cộng sản.
- Sự hội nhập của người Việt hải ngoại vào xã hội tiếp cư.
- Tình trạng người Việt tha hương kiếm sống và các hình thức di dân ra hải ngoại.
- Sự tham gia của người Việt hải ngoại vào công cuộc tranh đấu cho tự do và dân chủ tại quốc nội.
- Việt Nam trong kỷ nguyên cách mạng tin học.

HOÀNG CƠ ĐỊNH chủ biên

SÁCH VÀ TÀI LIỆU THAM KHẢO

Sách:

Chinese colonisation of Northern Vietnam
Jennifer Holmgren

Chinese colonisation of Northern Vietnam: administrative geography and political development in the Tongking Delta, first to sixth centuries A.D.
Oriental monograph series; no. 27

Đại Cương Lịch Sử Việt Nam Toàn Tập
Trương Hữu Quýnh- Phan Đại Doãn- Nguyễn Cảnh Minh

Đại Việt Sử Ký Toàn Thư
Lê Văn Hưu, Phan Phù Tiên, Ngô Sĩ Liên

Đại Việt Sử Lược
Trần Phổ

Khâm Định Việt Sử Thông Giám Cương Mục
Quốc Sử Quán Triều Nguyễn 1856-1881

Lịch Sử Việt Nam
Trần Gia Phụng

Nhìn lại Sử Việt
Lê Mạnh Hùng

The Birth of Vietnam
Keith Weller Taylor

Việt Nam Sử Lược
Trần Trọng Kim

Việt Sử Toàn Thư
Phạm Văn Sơn

Tài Liệu

Ba lần đại thắng quân Mông-Nguyên: Chiến tranh Đại Việt và Mông-Nguyên.
http://www.vnco.org/ENGLISH/?p=1538

Bản đồ Vietnam qua các thời kỳ.
https://www.facebook.com/media/set/?set=oa.941924945955641&type=3

Chiến tranh Nguyên Mông – Đại Việt.
https://vi.wikipedia.org/w/index.php

Chữ quốc ngữ ra đời từ khi nào?
https://chuayeucon.wordpress.com/2017/12/02/chu-quoc-ngu-ra-doi-tu-khi-nao/

Lãnh thổ Việt Nam qua từng thời kỳ.
https://vi.wikipedia.org/wiki/L%C3%A3nh_th%E1%BB%95_Vi%E1%BB%87t_Nam_qua_t%E1%BB%ABng_th%E1%BB%9Di_k%E1%BB%B3

Lịch Sử Việt Nam
https://vi.wikipedia.org/wiki/L%E1%BB%8Bch_s%E1%BB%AD_Vi%E1%BB%87t_Nam

Nguồn Gốc Chữ Quốc ngữ.
http://chimviet.free.fr/vanhoc/phuctrun/phul050.htm

Nguyễn An (1381-1453), còn gọi là A Lưu, kiến trúc sư thời xưa, người Việt.
https://vi.wikipedia.org/wiki/Nguy%E1%BB%85n_An

Nhà Tây Sơn
https://vi.wikipedia.org/wiki/Nh%C3%A0_T%C3%A2y_S%C6%A1n

Nhà Trần
https://vi.wikipedia.org/wiki/Nh%C3%A0_Tr%E1%BA%A7n

Qua Hải Ngoại Ký Sự của Thích Đại Sán.
http://cungdiendanduong.net/c50/t50-2/qua-hai-ngoai-ky-su-cua-thich-dai-san-phu-duong-xuan-toa-lac-gan-chua-thien-lam.html

Quá trình Hình thành và Phát triển chữ Quốc ngữ.
https://sites.google.com/site/jesusmarysaves0uls/toc-viet/tu-dhien-tieng-viet-dhoi-dhoi/qua-trinh-hinh-thanh-va-phat-trien-chu-quoc-ngu

Thi Sách
https://vi.wikipedia.org/wiki/Thi_S%C3%A1ch

Vấn đề nguồn gốc của Thục Phán và sự thành lập nước Âu Lạc.
https://nghiencuulichsu.com/2017/09/29/van-de-nguon-goc-cua-thuc-phan-va-su-thanh-lap-nuoc-au-lac/

HOÀNG CƠ ĐỊNH chủ biên

HOÀNG CƠ ĐỊNH chủ biên

www.ingramcontent.com/pod-product-compliance
Lightning Source LLC
Chambersburg PA
CBHW071350290426
44108CB00014B/1494